டும் டும் டும் தண்டோரா!

மோ.கணேசன்

BOOKS FOR CHILDREN

Dum Dum Dum Thandoraa! (in Tamil)
M.Ganesan©
First Published: December, 2019 | Second Print: November, 2020
Published by
BHARATHI PUTHAKALAYAM
7, Elango Salai, Teynampet, Chennai - 600 018
Email: thamizhbooks@gmail.com / www.thamizhbooks.com

டும் டும் டும் தண்டோரா!
மோ.கணேசன்©
முதல் பதிப்பு: டிசம்பர், 2019 | இரண்டாம் அச்சு: நவம்பர், 2020
வெளியீடு:

BOOKS FOR CHILDREN

புக்ஸ் ஃபார் சில்ரன்
பாரதி புத்தகாலயத்தின் ஓர் அங்கம்
7, இளங்கோ சாலை, தேனாம்பேட்டை, சென்னை _ 600 018
தொலைபேசி : 044 24332424, 24332924, 24339024

விற்பனை நிலையங்கள்

பாரதி புத்தகாலயம்

மதுரை: 37A, பெரியார் பேருந்து நிலையம் - 045 22324674
ஈரோடு: 39: 39 ஸ்டேட் பாங்க் சாலை - 9245448353
திண்டுக்கல்: பேருந்து நிலையம் - 9942331105, 9976053719
பழனி: பேருந்து நிலையம் அருகில் - 9442883696
திருப்பூர்: 447, அவினாசி சாலை - 9486105018
சேலம்: பாலம் 35, அத்வைத ஆஸ்ரமம் சாலை 0427 2335952
திருவல்லிக்கேணி: 48, தேரடி தெரு - 9444428358
வடபழனி: பேருந்து நிலையம் எதிரில் அடையார்
ஆனந்தபவன் மாடியில் - 9444476967
பெரம்பூர்: 52, கூக்ஸ் ரோடு - 9444373716
திருவாரூர்: 35, நேதாஜி சாலை - 9442540543
சேலம்: 15, வித்யாலயா சாலை சாலை
திருநெல்வேலி: 25A, ராஜேந்திரநகர் - 9442149981
அருப்புக்கோட்டை: 31, அகமுடையார் மஹால் - 9994173551
மதுரை: சர்வோதயா மெயின்ரோடு
குன்னூர்: N.K.N வணிக வளாகம் பெட்போர்ட்
செங்கல்பட்டு: 1 D ஜி.எஸ்.டி சாலை - 044 27426964
விருதுநகர்: 131, கச்சேரி சாலை - 0456 2245300
கும்பகோணம்: 352, ரயில் நிலையம் எதிரில் - 9443995061
வேலூர்: பேஸ் III, சத்துவாச்சாரி - 9442553893
நெய்வேலி: பேருந்து நிலையம் அருகில், - 9443659147
தஞ்சாவூர்: காந்திஜி வணிக வளாகம் காந்திஜி சாலை - 9655542400
கோவை: 77, மசக்காளிபாளையம் ரோடு, பீளமேடு - 8903707294
திருச்சி: வெண்மணி இல்லம், கரூர் புறவழிச்சாலை - 9994289492
திருவண்ணாமலை: முத்தம்மாள் நகர்
நாகர்கோவில்: 699 கே.பி.ரோடு R.V.புரம் - 9443450111
சிதம்பரம்: 22A / 18B தேரடி கடைத் தெரு,
கீழவீதி அருகில் - 9994399347
கரூர்: நாரத கானசபா அருகில் (TNGEA OFFICE)- 9442706676
காரைக்குடி : 12, 2 வது தெரு, கம்பன் மணிமண்டபம் பின்புறம் - 9443406150

நினைத்த நூல்கள்... நினைத்த நேரத்தில்...

thamizhbooks.com 8778073949

அச்சு : பிரிண்டெக், சென்னை - 600 005.

உங்களோடு ஒரு நிமிடம்...

வணக்கம் தோழமைகளே...

உங்கள் குழந்தை மீது அன்பு கொண்டு, இந்நூலை நம்பிக்கையோடு வாங்கிய உங்களுக்கு என் வணக்கமும் நன்றியும்!

2018-ல் வெளியான எனது முதல் சிறுவர் பாடல் புத்தகமான 'ஓடி வா ஓடி வா சின்னக்குட்டி'க்கு உங்களைப் போன்றோர் தந்த ஆதரவால், இரண்டு பதிப்புகளைக் கண்டிருக்கிறது. நமது தமிழகத்து நூலகங்களில் மட்டுமின்றி இலங்கை, சிங்கப்பூர் நூலகங்களிலும் இடம்பிடித்திருக்கிறது. அது மட்டுமின்றி கொடைக்கானலில் உள்ள அன்னை தெரசா மகளிர் பல்கலைக்கழகத்தில் முனைவர் பட்ட ஆய்வு மாணவி ஒருவரால் இப்புத்தகம் ஆய்வுக்கு எடுத்துக் கொள்ளப்பட்டிருக்கிறது. பல அரசுப்பள்ளி, தனியார் பள்ளிகளில் பாடல்களாக ஒலித்துக்கொண்டு இருக்கிறது. அதுமட்டுமின்றி இணையதளங்களிலும் வீடியோ வடிவில் பாடல்களாக உலவிக் கொண்டிருக்கிறது. இப்படி பல்வேறு வகையிலும், இப்பாடல் புத்தகத்திற்கு கிடைத்த வரவேற்புதான், சிறார் பாடலுக்கான இரண்டாவது புத்தகத்தை எழுதத் தூண்டியது. அனைத்து சிறார்களையும் மனதில் வைத்துக்கொண்டு இப்புத்தகத்தில் அறுபது பாடல்களை எழுதி இருக்கிறேன்.

இப்பாடலை உருவாக்குவதற்கு எனது பல்வேறு தோழர்கள், பள்ளி ஆசிரிய நண்பர்கள், பள்ளி ஆசிரியத் தோழமைகள் உதவியிருக்கிறார்கள். அவர்களின் பெயர்களைப் பட்டியல் இட்டால்... அது பக்கம் பக்கமாய் நீளும்... அதுமட்டுமின்றி, என்னிடம் ஏன் கேட்கவில்லை என்று செல்லச்சண்டைகளும் கூடவே வரும். ஆதலால் அதை தவிர்த்திருக்கிறேன். இப்பாடலை என்னுடன் இணைந்து செப்பனிட்ட எனது நண்பர்கள் மற்றும் அரசுப்பள்ளி ஆசிரியத் தோழமைகள் அத்தனை பேருக்கும் எனது ப்ரியமும் பேரன்பும்!

அறம் செய்ய விரும்புவோம், ஓடி வா ஓடி வா சின்னக்குட்டி, விடமாட்டேன் உன்னை, குறுக்கெழுத்து அறுபது, வாலுவிடம் கேளுங்கள் புத்தகங்களை அடுத்து நானெழுதியுள்ள புத்தகம் இது.

இப்புத்தகத்தின் இறுதியில் நறுங்குறள் நாற்பது என்ற தலைப்பில், குறள் வெண்பா இலக்கணப்படி, ஓர் அதிகாரத்திற்கு

நான்கு குறள்கள் வீதம் 40 நறுங்குறள்களை எழுதி இருக்கிறேன். அதன் இறுதியில் விளக்கவுரையும் கொடுத்திருக்கிறேன்.

இப்புத்தகத்தை எழுதுவதற்காக தங்களின் நேரத்தை விட்டுக்கொடுத்த எனது குடும்பத்தினரை நெகிழ்வுடன் இத்தருணத்தில் நினைத்துப் பார்க்கிறேன். அவர்களுக்கு எனது பிரியமும் அன்பும்.

எனது சிறார் பாடல்களை தங்களது இதழ்களில் வெளியிட்டு பெருமை சேர்த்த **தும்பி** சிறார் இதழின் தோழமை சிவராஜிற்கும், **பொம்மி** சிறார் இதழின் தோழமை செந்தில்குமாருக்கும் எனது அன்பும் நன்றியும்.

இப்புத்தகத்தை வழக்கம்போல் உற்சாகத்தோடு வெளியிடும் எனது பேரன்புமிக்க பாரதி புத்தகாலயத்திற்கும், தோழர் நாகராஜ், தோழர் காளத்தி மற்றும் புத்தகாலயத்திற்கு உறுதுணையாக இருக்கும் அத்துணை தோழமைகளுக்கும் எனது ப்ரியமும், நன்றியும். இப்பாடல் புத்தகத்திற்கு தனது அழகிய தூரிகைகளால் உடல் கொடுத்த ஓவியர் தமிழுக்கு எனது நன்றிகள்! எழுத்துப்பிழைகளை சரிபார்த்துக் கொடுத்த எனது தமிழ் பேராசிரியர் காசி மாரியப்பன், புதிய தலைமுறை கல்வி இதழின் ஆசிரியர் பெ.கருணாகரன், துணை ஆசிரியர் சுந்தர புத்தன், ஆந்திராவில் உள்ள திராவிடப் பல்கலைகலைக்கழகத் தமிழ் துறை உதவிப்பேராசிரியர் முனைவர் பொருநை க மாரியப்பன், கோவையைச் சேர்ந்த தமிழ் ஆசிரியை முனைவர் வெ.மைதிலி ஆகியோருக்கு நெஞ்சார்ந்த நன்றிகள்.

தனது கடுமையான பணிச்சூழல், எழுத்துப்பணிகளுக்கு இடையில் இந்நூலிற்கு அணிந்துரை எழுதிய எனது தமிழ்ப்பேராசிரியரும், மாபெரும் எழுத்தாளருமான பெருமாள் முருகன் ஐயா அவர்களுக்கும், மகாகவி பாரதியாரின் எள்ளு பேரனும் எனது நண்பருமாகிய நிரஞ்சன் பாரதிக்கும் என் அன்பு கலந்த நன்றிகள்!

மறைந்த எனது தாயார் மோ.வள்ளியம்மாள், எனது அக்கா மா.பவுனாம்பாள் ஆகியோரின் பொற்பாதங்களில் கண்ணீரோடு இப்புத்தகத்தைச் சமர்ப்பிக்கிறேன்.

என்றென்றும் உங்கள்
மோ.கணேசன்
9444296929
moganan@gmail.com
www.facebook.com/moganesan

சூழலை மாற்றும் முயற்சி!

தொலைக்காட்சியும் செல்பேசியும் குழந்தைகளைக் கவர்ந்துகொண்ட நவீன காலம் இது. இன்றைக்குச் 'சிறுவர் பாடல்கள்' என்னும் வகைமைக்குத் தேவையிருக்கிறதா என்பது எனக்குள் இருக்கும் கேள்வி. நிலாவைக் காணும் பேறில்லாத தலைமுறைக்கு 'நிலா நிலா ஓடி வா' பாடல் என்ன உணர்வைத் தரும்? 'மாம்பழமாம் மாம்பழம்', 'ஔவைக் கிழவி நம் கிழவி' போன்ற அழ.வள்ளியப்பா பாடல்கள் மிகவும் உயிர்த் துடிப்போடு குழந்தைகளிடையே உலவி வந்த காலம் முடிந்துவிட்டது என்றுகூட நான் கருதியதுண்டு. ஒருவேளை இவற்றை எல்லாம் அழகாகப் பாடி இணையத்தில் காணொளி வடிவில் வெளியிட்டால் குழந்தைகள் விரும்புவார்களோ. அத்தகைய முயற்சியும் தமிழில் பெரிதாக நடைபெறவில்லை.

தமிழைப் பொருத்தவரை 'குழந்தை இலக்கியம்' பற்றிப் பெரிதாகக் கவனம் இல்லை. அதற்கு விற்பனை மதிப்பும் இல்லை. பிறக்கும்போதே மருத்துவராக ஸ்டெதாஸ்கோப்புடன் தங்கள் பிள்ளைகள் பிறக்க வேண்டும் எனக் கருதும் பெற்றோர் பாடநூல்களைத் தவிர வேறு எதையும் கண்ணால் பார்ப்பதைக்கூட அனுமதிப்பதில்லை. சிறுவர் இதழ்களையும் நூல்களையும் வாங்கிக் கொடுப்பதில்லை. வீட்டில் குழந்தைகளுக்கென்று தனி நூலகம் கிடையாது. இப்படித்தான் ஒட்டுமொத்தச் சூழலும் இருக்கிறது.

மேலும் குழந்தை இலக்கியம் பற்றிய தமிழ் மனோபாவம் மிகவும் மரபானது. 'அறம்செய விரும்பு' என்பது போலக் குழந்தைகளுக்கு அவர்களது வயதுக்கு மீறிய அறிவுரைகளைச்

சொல்பவற்றையே இலக்கியம் எனக் கருதும் மனோபாவம் அது. வளர்ந்தோர் எதையெல்லாம் பின்பற்ற முடியவில்லையோ அதையெல்லாம் குழந்தைகள் பின்பற்ற வேண்டும் என வலியுறுத்துவது நமது வழக்கம். பிற மொழிகளில் குழந்தைகளை வயது அடிப்படையில் பிரித்து 'இந்த இந்த வயதுக் குழந்தைகளுக்கு இந்த இந்த மாதிரி எழுத வேண்டும்' எனப் பகுத்து நூல்களை வெளியிடுகிறார்கள். அத்தகைய பார்வையும் நம்மிடம் இல்லை. ஐந்து வயதுக் குழந்தைக்கும் பத்து வயது குழந்தைக்கும் ஒரே மாதிரியானதைக் கொடுக்க முடியுமா? உணவில்கூட முடியாது.

ஒரு மரத்தையோ பறவையையோ குழந்தை தன் கண்ணால் எப்படிப் பார்க்கும், அவை குழந்தைக்கு என்ன வகையான உணர்வுகளைக் கிளர்த்தும், அப்போது குழந்தையின் கற்பனை எவ்விதம் விரியும் எனக் கண்டு அந்நோக்கில் பாடல்களையோ கதைகளையோ உருவாக்கும் முயற்சி மிகவும் குறைவாகவே நடந்திருக்கிறது. குழந்தையின் நோக்கில் எழும் சொற்களைப் பிடிப்பது அத்தனை சுலபமில்லை. அறிவுரைகளை அடுக்குவதும் தகவல்களைத் திணிப்பதும் அறநெறிகளைப் போதிப்பதுமே குழந்தை இலக்கியம் அல்ல. அவை குழந்தை இலக்கியத்தினூடே உப்பைப் போலச் சிறிதளவு இருக்கலாம். ஒட்டுமொத்தத்திற்கும் ருசியைத் தரலாம். மொத்தமும் உப்பாக இருந்தால் எந்த நாக்கு அதை விரும்பும்? இந்த மரபை மீறிக் குழந்தை இலக்கியம் உருவாக வேண்டும். அதற்குச் சமூகம் வகுத்து வைத்திருக்கும் ஒழுக்க நெறிகள், விழுமியங்கள் முதலியவற்றைப் பற்றிய கேள்விகளை எழுப்பி விவாதிக்கும் திறனும் அவற்றை முழுமையாக உதறி எறிந்துவிட்டுத் தூய வெற்றுக் கண்களோடு எதையும் காணும் பார்வையும் அமையப் பெற வேண்டும். அதற்கான சாத்தியக் கூறுகள் இப்போது கொஞ்சமாகத் தென்பட்டு நம்பிக்கை தருகின்றன.

பாரதி புத்தகாலயம் குழந்தை இலக்கியத்தில் ஆர்வம் கொண்டு நூல்களை வெளியிடுகின்றது. குழந்தைகளின் உலகத்தில் செயல்படுவதைப் பேறாகக் கருதும் தன்னார்வலர்கள், சிறுசிறு குழுக்கள் தங்களால் ஆன வகையில் முயல்கின்றனர். யூமா.வாசுகி உள்ளிட்ட சிலர் பிறமொழிகளில் இருந்து சிறந்த குழந்தை நூல்களை மொழிபெயர்த்துத் தருகின்றனர். இவையெல்லாம் நம் சூழலை மாற்றும் முயற்சிகள்.

அவ்வகையில் என் அருமை மாணவர் மோ.கணேசன் ஏற்கனவே சிறுவர்களுக்கெனப் பாடல் எழுதி ஒரு நூலை வெளியிட்டுள்ளார். இப்போது அடுத்த நூல் வருகிறது. இந்நூலில் உள்ள பாடல்களை அவர் நேரடியாகப் புத்தகமாக வெளியிடவில்லை. தன் இரண்டு மகன்களை மனதில் வைத்து எழுதி அவர்களுக்குச் சொல்லிக் காட்டியுள்ளார். பல பள்ளிகளுக்குச் சென்று தம் பாடல்களைப் பாடிச் சிறுவர்களின் கருத்துக்களையும் ஆசிரியர்களின் எண்ணங்களைக் கேட்டு உள்வாங்கியுள்ளார். இத்துறையில் ஆர்வமுடைய நண்பர்களுக்கு அனுப்பி மெட்டு பொருந்துகிறதா எனச் சோதித்துள்ளார். தும்பி, பொம்மி ஆகிய மிக அற்புதமான சிறுவர் இதழ்களில் சில பாடல்களை வெளியிட்டுள்ளார். இத்தனைக்குப் பிறகுதான் இப்பாடல்கள் நூலாக வெளிவருகிறது.

மோ.கணேசன் மிகுந்த ஆர்வமுடையவர். பத்திரிகைத் துறைப் பணியில் இருந்தாலும் இலக்கியத்தின் பல்வேறு வகைமைகளிலும் ஈடுபட வேண்டும் என்னும் வேகம் உடையவர். வெண்பாவின் இலக்கணம் கற்று 'நறுங்குறள்' எழுதி இருக்கிறார். இவர் வரலாறு படித்தவர். எனினும் தமிழ்த்துறை மாணவர் எனப் பிறர் கருதும் வகையில் எங்களுடன் அளவளாவித் திரிந்தவர். இவர் தமிழ்தான் படித்திருக்க வேண்டும் என எத்தனையோ முறை எண்ணியிருக்கிறேன். அவரது ஆர்வம் அப்படி. எனினும் அவர் சுய ஆர்வத்தின் அடிப்படையில் வெண்பா இலக்கணம் கற்றுக்கொண்டதும் அதைப் பின்பற்றி வெண்பாக்கள் எழுதுவதும் எனக்கு மகிழ்ச்சியே. நம் மரபின் செழுமையான பகுதிகளை எவ்விதமேனும் போற்றிக் காக்க வேண்டியது அவசியம். அவ்வகையில் செயல்பட்டுள்ள மோ.கணேசன் குழந்தை இலக்கியத்தில் மேலும் ஈடுபட்டு அதன் நுட்பங்களை மேற்கொண்டு இன்னும் பல நூல்களைப் படைக்க வேண்டும் என அன்போடு வாழ்த்துகிறேன்.

ஆத்தூர்
19-12-2019

பெருமாள் முருகன்
எழுத்தாளர்

தகவல் வளமுள்ள பாடல் திரட்டு!

பல்கிப் பெருகும் அடர்ந்த கான்க்ரீட் காடுகளுக்கு நடுவே, இன்னமும் கடமை தவறாது கரிமம் உறிஞ்சி, நானிலம் காக்கும் இயற்கைப் பெருவனங்களைப் போல, ஆரவாரத்தோடு மனிதர் 'அகங்'களை ஆக்கிரமிக்கும் தொழில் நுட்ப சாதனங்களை எதிர்த்து, கம்பீரமாக நம் கைகளில் தவழ்கிறது நண்பர் மோ.கணேசன் அவர்களின் **டும் டும் டும் தண்டோரா** என்னும் சிறுவர் பாடல்கள் திரட்டு.

செயற்கை தொழில்நுட்பக் கருவிகளின் அறைகூவலை எதிர்கொண்டு, நண்பர் மோ.கணேசன் கொண்டு வந்திருக்கும் இந்தப் படைப்பு பாராட்டுக்குரியது.

அலைபேசிகளில் வரும் மின் பொம்மைகளைப் பார்த்து குழந்தைகள் பசியாறிக் கொண்டிருக்கும் இந்தக் காலகட்டத்தில், அவர்களின் செவி வழியே பாடல்களைப் புகுத்தி நல்வழிப்படுத்த நினைத்திருப்பது துணிச்சலான செயல்பாடு. நூலாசிரியரின் இந்த முயற்சி முதற்கண் நமக்குள்ளே நம்பிக்கையைத் தருகிறது. நூலாசிரியரின் இரண்டாவது சிறுவர் பாடல் தொகுப்பு இது என்பதே, குழந்தை இலக்கியத்தின் பால் அவருக்கிருக்கும் ஆர்வத்தைக் காட்டுகிறது.

தாய், தந்தை, ஆசிரியர் உள்ளிட்டோரின் முக்கியத்துவம், இயற்கை மற்றும் சுற்றுச்சூழல் நலம் , நாட்டின் உயர்வுக்கு வித்திட்ட தேசியத் தலைவர்களின் மகிமை, தமிழர் தம் அரும்பெரும் சாதனைகள், தமிழ் மொழியின் சிறப்புகள் உள்ளிட்டவற்றைப் பாடுபொருள்களாகக் கொண்டு மோ.கணேசன் இந்த ஆக்கத்தைத் தந்திருக்கிறார்.

சிறுவர் இலக்கியத்தின் தலையாய இலக்கணமான எளிமையை இந்த நூல் நெடுக ஆசிரியர் வழுவாது

பின்பற்றியிருக்கிறார். தமிழ்மொழியின் சிறப்புகளுள் ஒன்றான ஓரெழுத்து ஒருமொழியை பாடல் வாயிலாக கற்பித்திருப்பது நல்லதொரு முயற்சி.

தஞ்சை பெரிய கோவில் பற்றிய ஒரு பாடலும் இத்தொகுப்பில் இடம்பெற்றுள்ளது. பழந்தமிழர்களின் கட்டடப் பொறியியல் கலைக்கு ஒப்பற்ற சான்றாக நிற்கும் இக்கோவிலைப் பற்றி இன்னும் விரிவாக எழுதியிருக்கலாம் என்பது என் கருத்து.

மாமா மாமா எனத் தொடங்கும் பாடலில் கம்ப்யூட்டர் என்ற ஆங்கிலச் சொல்லைத் தவிர்த்து கணிப்பொறி என்று அவர் கையாண்டிருக்கலாம்.

நூலின் முடிவில், நறுங்குறள் நாற்பது என்று, குறள் வெண்பா இலக்கணப்படி நாற்பது குறட்பாக்களை மிக அருமையாக மோ.கணேசன் எழுதியிருக்கிறார். அதற்கு விளக்க உரையும் தந்திருப்பது மெச்சத்தக்கது. இலக்கண விதி வழுவாது எழுதப்பட்டிருந்தாலும் இன்னமும் அந்தக் குறட்பாக்களை செம்மைப்படுத்தியிருக்கலாம் என்ற கருத்து மேலிடுகிறது. ஆயினும், அப்பாக்கள் நம் நெஞ்சைக் கவர்கின்றன என்பதில் மாற்றுக்கருத்தில்லை.

தகவல் வளமுள்ள தரமான பாடல்களைத் தந்திருக்கும் ஆசிரியருக்கு நான் வைக்கும் அன்பு வேண்டுகோள் ஒன்றே. இந்த நூலில் உள்ள அனைத்தது பாடல்களும் கருத்து செறிவுமிக்கதாய் இருந்தாலும், தாள லயத்தோடு இருந்தாலும் ஓரிரு பாடல்கள் மட்டும் சந்தத்துக்குள் வராமல் இருக்கின்றன. ஆசிரியர் தனது அடுத்த படைப்பில் இதனைச் சரிசெய்து செவ்வையான படைப்பைத் தருவார் என்று நான் திண்ணமாக நம்புகிறேன்.

நூலினை எழில் மிக்க எழுத்தோவியமாக வெளிக்கொணர்ந்திருக்கும் பாரதி புத்தகாலயத்திற்கு எனது வாழ்த்துகள்.

நண்பர் மோ.கணேசனின் இந்த முயற்சி இடையறாமல் தொடர வேண்டும் என்றும் இத்துறையில் அவர் ஓர் இமயமாக ஓங்குபுகழோடு திகழ வேண்டும் என்றும் மனமார வாழ்த்துகிறேன்.

நிரஞ்சன் பாரதி

திரைப்பட பாடலாசிரியர்

சென்னை

26-12-2019

பாடல் திரட்டு

1. என் செல்ல அம்மா!

அம்மா அம்மா என் செல்ல அம்மா!
பெண் மகளாய் நீயும் பிறந்தாயம்மா!
அம்மா அம்மா என் செல்ல அம்மா!
பொன் மகளாய் நீயும் வளர்ந்தாயம்மா!

உன் அம்மாவுக்கு நீயே செல்லம் அம்மா!
உன் அப்பாவுக்கோ நீயே தாயே அம்மா!
அன்பால் உனை அண்ணன் நிறைத்தாரம்மா!
தம்பி உனைத் தாலாட்ட வைத்தானம்மா!

உனைப் பெற்ற தந்தைக்கு மகிழ்ச்சி அம்மா!
பொன் உலகத்தைக் காலின்கீழ் வைத்தாரம்மா!
கண்ணின் மணிபோல் உன்னைக் காத்தாரம்மா!
பொன் கல்விதனை உனக்குத் ஈந்தாரம்மா!

குறும்புத்தனம் நிறைந்த குழந்தை அம்மா!
குதூகலம் தந்திடும் குண மகளே அம்மா!
பொறுப்பாக நீயும்தான் படிப்பாய் அம்மா!
கல்வியால் நீயும்தான் செழிப்பாய் அம்மா!

வெறும் மூடத்தனத்தையெல்லாம் நம்பாதம்மா!
மூடர்கள் வந்தால் அடித்து விரட்டிடம்மா!
உறவினர் ஆனாலும் தொடவிடாதே அம்மா!
உன்னுடலுக்கு நீயேதான் பெருங் கவசமம்மா!

தாய்நாடு போற்ற தடம்பதிப்பாய் அம்மா!
தரணியில் தலைநிமிர்ந்து நடப்பாய் அம்மா!
பாயும்புலி போல் பாய்ச்சல் கொள்வாயம்மா!
வள்ளி மகன் சொல்லைக் காப்பாய் அம்மா!

2. அலுமினியப் பறவையே!

அலுமினியப் பறவையே!
அசுர வேகப் பறவையே!
ஆளைச் சுமக்கும் பறவையே!
ஆச்சர்ய மான பறவையே!

வானில் பறக்கும் பறவையே!
வான ஊர்திப் பறவையே!
கண்டம் தாண்டும் பறவையே!
கடலைத் தாண்டும் பறவையே!

எந்திர இதயப் பறவையே!
எரிமலை தாண்டும் பறவையே!
பந்தா காட்டும் பறவையே!
பனிமலை தாண்டும் பறவையே!

மேகம் தாண்டும் பறவையே!
மேதினி சுற்றும் பறவையே!
வேகம் கொண்ட பறவையே!
வெயில்மழை தாங்கும் பறவையே!

நாட்டைக் காக்கும் பறவையே!
நடுங்க வைக்கும் பறவையே!
கடலைக் காக்கும் பறவையே!
காற்றாய்ப் பறக்கும் பறவையே!

3. ஆசிரியர் தின வாழ்த்து!

அகரம் சொல்லித் தந்த ஆசான்
வாழ்க வாழ்கவே..!
அறிவைப் புகட்டும் ஆசான் என்றும்
வாழ்க வாழ்கவே..!

மொழியைக் கற்றுத் தந்த ஆசான்
வாழ்க வாழ்கவே..!
நல்வழியைக் கற்றுத் தந்த ஆசான்
வாழ்க வாழ்கவே..!

கணிதம் கற்றுத் தந்த ஆசான்
வாழ்க வாழ்கவே..!
புனிதம் கற்றுத் தந்த ஆசான்
வாழ்க வாழ்கவே..!

பழகு அறிவியலை புரிய வைத்த
ஆசான் வாழ்கவே..!
வாழ்வியலைத் தெரிய வைத்த
ஆசான் வாழ்கவே..!

கலை விளையாட்டைக் கற்றுத் தந்த
ஆசான் வாழ்கவே..!
காலை விடியலாய் வந்த ஆசான்
என்றும் வாழ்க வாழ்கவே..!

பணிவைக் கற்றுத் தந்த ஆசான்
வாழ்க வாழ்கவே..!
துணிவைக் கற்றுத் தந்த ஆசான்
வாழ்க வாழ்கவே..!

கேள்வி கேட்க வைத்த எங்கள்
ஆசான் வாழ்கவே..!
கேள்விக்குப் பதிலைச் சொல்ல வைத்த
ஆசான் வாழ்கவே..!

அறியாமை இருள்தனை அகற்றிய
ஆசான் வாழ்கவே..!
ஆசிரியர் தின வாழ்த்து சொல்கிறோம்
வாழ்க வாழ்கவே..!

ஆசிரியர் தின வாழ்த்து சொல்கிறோம்!
வாழ்க வாழ்கவே..!
ஆசான் வாழ்க வாழ்கவே..!
வாழ்க வாழ்கவே..!
வாழ்க வாழ்கவே..!

4. ஆல விழுதுக்கும் மீனுக்கும் ஒப்பந்தம்!

ஆல மரத்து விழுது
ஆத்துக்குள்ள வருது!
புழு வென நினைத்து
மீனும் கடிக்க வருது!

கடிக்க வரும் மீனை
உதறித் தள்ளி விடுது!
துடித்து வரும் மீனை
தூரத் தள்ளி விடுது!

ஆத்தி லோடும் நீரை
குடிக்க பாக்குது விழுது!
பாத்தி ருக்கும் மீனோ
பாய்ந்து கடிக்க வருது!

'ஒண்ணும் செய்தி டாதே
ஒப்பந்தம் ஒன்று செய்வோம்!
கண்ணைப் போலக் காத்தால்
நன்மை யென்றதாம்' விழுது!

விழுது சொன்னதைக் கேட்டு
கேள்வி கேட்டது மீனுமே
'சொல்லு என்ன ஒப்பந்தம்?
பிடித்து இருந்தால் சம்மதம்!'

'ஆலம் பழம் தருகிறேன்
ஆசை தீர உண்டு கொள்!
நிழலை உனக்குத் தருகிறேன்
இன்பமாக நீந்திக் கொள்!

பதிலாய் எனக்கு செய்வது
 நான்பருக நீரைத் தருவதே
மதித்து நீயும் தந்தாயெனில்
 நட்பாய் நாமும் வாழுவோம்'

'ஆல விழுதே அற்புதம்!
 ஆலம்பழம் தினம் தினம்!
வாழ்க்கைக்கான ஒப்பந்தம்!
 மீனிதை மீறாது எப்போதும்!'

5. உடம்பைப் பாரு தம்பி!

உடம்பைப் பாரு தம்பி!
　　உன்னுடம்பைப் பாரு தம்பி!
கடமைகள் ஆற்ற வேண்டி
　　தேசம் நம்பியிருக்கு தம்பி!

உடலுக்குப் பயிற்சி தம்பி!
　　உடலை உறுதியாக்கும் தம்பி!
அடலேறு ஆனாய் தம்பி!
　　அண்ணனுக்கு நல்ல தம்பி!

விளையாடும் போது தம்பி!
　　வியர்வை வரணும் தம்பி!
கலைகள் பலவாம் தம்பி!
　　கற்று வளர்வாய் தம்பி!

உணவே மருந்தாம் தம்பி!
　　உணர்ந்து உண்பாய் தம்பி!
உணவில் பலவகை தம்பி!
　　துரித உணவைத் தவிர்ப்பாய் தம்பி!

மரக்கறி உணவு தம்பி!
　　மதயானை பலம் தம்பி!
கீரைக் கறியுணவு தம்பி!
　　நீர்யானை பலம் தம்பி!

நல்லதை நினைப்பாய் தம்பி!
　　நல்லதே நடந்திடும் தம்பி!
பொல்லாப் பயல்களைத் தம்பி!
　　விரட்டியடித்திட வேணும் தம்பி!

எளியோர்க்கு உதவணும் தம்பி!
　　ஏழைகள் உயர்ந்திடவேணும் தம்பி!
எளிமையாய் வாழ்ந்திடு தம்பி!
　　என்றும் மகிழ்வோடிருப்பாய் தம்பி!

6. உலகை அளந்த வள்ளுவர்!

ஈரடியில் உலகை அளந்த வள்ளுவர்!
குவலயத்தில் குறளைத் தந்த வல்லவர்!
தர்மத்தினைக் காத்து நின்ற தமிழிவர்!
பொதுமறையை எழுதித்தந்த பெரியவர்!

பனை ஓலையில் குறளமுதைப் பொறித்தவர்!
பல பண்புதனை அதன்வழியே விதைத்தவர்!
வினை அனைத்தும் செய்யுளாக்கி வைத்தவர்!
விடிவெள்ளியாய் எம் தமிழில் முளைத்தவர்!

அறம் பொருள் இன்பமென்று பகுத்தவர்!
முக்காலம் உணர்ந்த பகுத்தறிவுப் பகலவர்!
துறவியின் உருவம் கொண்டு இருப்பவர்!
தூய பண்புதனை தலைமுறைக்குத் தந்தவர்!

எழுசீரில் எதுகை மோனை வைத்தவர்!
செழுந்தமிழில் குறள் நூலைத் தைத்தவர்!
உலகத்திற்கே பொது மறையைத் தந்தவர்!
உலகமெலாம் மொழி பெயர்க்க வைத்தவர்

ஈராயிரம் ஆண்டு தாண்டியும் வாழ்பவர்!
தமிழர் இதயத்திலே என்றும்குடி இருப்பவர்!
நூறாயிரம் ஆண்டு தாண்டியும் இருப்பவர்!
தரணியுள்ளவரை தமிழைப்போல நிலைப்பவர்!

7. உயிரைத் தருவது தண்ணீரே!

வான் மழை தந்த தண்ணீரே!
வராமல் போனால் கண்ணீரே!
ஊனைக் காப்பது தண்ணீரே!
உடலில் ஓடுது செந்நீரே!

உயிரைத் தருவது தண்ணீரே!
உடலில் எழுபது சதம்நீரே!
பயிரைக் காப்பது தண்ணீரே!
பசியைப் போக்குது அந்நீரே!

குடிக்கத் தேவை தண்ணீரே!
குறுநாவில் ஊறுது உமிழ்நீரே!
குளிக்கத் தேவை தண்ணீரே!
குளத்தி லிருக்குது குடிநீரே!

சுனையில் பிறக்கும் தண்ணீரே!
அருவியாய் விழுவது பன்னீரே!
துணையாறாய் ஓடும் தண்ணீரே!
பெருங்கடலில் கலப்பது பொன்நீரே!

நீரை தினமும் சேமிப்பீரே!
உயிர்நீர் என்றதை உணர்வீரே!
நீரின்றி அமையா உலகென்ற
வள்ளுவன் சொல்லைக் காப்பீரே!

8. கவிதை எங்குமில்லை!

உலகில் அன்னையைப் போலொரு
அன்பெனும் கவிதை எங்குமில்லை!
எளிதில் தந்தையைப் போலொரு
தாங்கிடும் கவிதை எங்குமில்லை!

அழுகையில் அக்காவைப் போலொரு
அணைக்கும் கவிதை எங்குமில்லை!
விழுகையில் அண்ணனைப் போலொரு
காத்திடும் கவிதை எங்குமில்லை!

அறிவினில் ஆசானைப் போலொரு
வாள்தரும் கவிதை எங்குமில்லை!
உறவினில் நண்பனைப் போலொரு
தோள்தரும் கவிதை எங்குமில்லை!

அழகில் இயற்கையைப் போலொரு
இயங்கிடும் கவிதை எங்குமில்லை!
பொழுதில் மாலையைப் போலொரு
மயக்கிடும் கவிதை எங்குமில்லை!

கொஞ்சும் மழலையைப் போலொரு
களிதரும் கவிதை எங்குமில்லை!
மஞ்சும் தமிழினைப் போலொரு
மொழிதரும் கவிதை எங்குமில்லை!

9. ஒரு சொல்லில் இரு பொருள்கள்!

ஒரு சொல்லில் இரு பொருள்கள்
இருப்ப துனக்குத் தெரியுமா?
இரு பொருள்களைச் சொல்லென்றால்
பதிலைச் சொல்ல முடியுமா?

தாய்மொழியாம் நம் தமிழில்
இருப்ப தெனக்குத் தெரியுமே!
தயாங்காமல் கேட்ப தெனில்
தெரிந்த வரை சொல்கின்றேன்!

கதைக ளொன்றின் பெயரிது!
கன்னங்கரிய நிறத்துப் பழமிது!
கதையும் பழமும் ஒன்றுதான்!
நாவல் அதற்குப் பதிலுதான்!

மான் வகையொன்றின் பெயரிது!
மஞ்சள் வகையொன்றின் பெயரிது!
மானும் மஞ்சளும் ஒன்றுதான்!
கஸ்தூரி அதற்குப் பதிலுதான்!

பழத்தி னொன்றின் பெயரிது!
பறவை யொன்றின் பெயரிது!
பழமும், பறவையும் ஒன்றுதான்!
கிவியே அதற்குப் பதிலுதான்!

மாதங்களுங்குப் பெயரிது!
நிலவின் மற்றொரு பெயரிது!
மாதமும் நிலவும் ஒன்றுதான்!
திங்கள் அதற்குப் பதிலுதான்!

உலகம் என்பதன் பெயரிது!
நோக்கு என்பதன் பெயரிது!
உலகமும், நோக்கும் ஒன்றுதான்
பார் அதற்குப் பதிலுதான்!

பொழுது ஒன்றின் பெயரிது!
    பூக்கள் சேர்ந்த பெயரிது!
பொழுதும் பூக்களும் ஒன்றுதான்!
    மாலை அதற்குப் பதிலுதான்!

பறவை ஒன்றின் பெயரிது!
    உணவுக ளொன்றின் பெயரிது!
பறவையும் உணவும் ஒன்றுதான்!
    அன்னம் அதற்குப் பதிலுதான்!

விலங்கு ஒன்றின் பெயரிது!
    மரங்க ளொன்றின் பெயரிது!
விலங்கும் மரமும் ஒன்றுதான்!
    வேங்கை அதற்குப் பதிலுதான்!

உடலைக் குறிக்கும் பெயரிது!
    உண்மையைக் குறிக்கும் பெயரிது!
உடலும் உண்மையும் ஒன்றுதான்!
    மெய்யே அதற்குப் பதிலுதான்!

அழகுத் தமிழில் சொன்னாயே!
    மனதைக் அள்ளிக் கொண்டாயே!
பழகும் தமிழால் வந்ததண்ணா!
    பாராட்டும் அதற்கே உரித்ததண்ணா!

10. எங்க ஊரு ஏரியைப் பாரு!

எங்க ஊரு ஏரியைப் பாரு!
எட்டும் தூரம் நீரைப் பாரு!
பொங்கி வரும் நீரை எல்லாம்
தேக்கி வைக்கும் ஏரி பாரு!

காடு மலை மேடு எல்லாம்
பெய்த மழை ஓடும் பாரு!
ஓடிவரும் மழை நீர் எல்லாம்
தேக்கி வைக்கும் ஏரி பாரு!

நடை வழி சேரும் நீரும்
ஓடை வழியில் சேரும் பாரு!
ஓடை வழி சேரும் நீரும்
ஏரி வழியில் சேரும் பாரு!

சேர்த்து வச்ச நீரை எல்லாம்
பங்கு வச்சி பிரிப்போம் பாரு!
திறந்து விட்ட மதகின் வழி
பாய்ந்து ஓடும் நீரைப் பாரு!

வாய்க் காலில் வரும் நீரை
வர வேற்கும் வரப்பைப் பாரு!
வயலை உழுது காத்தி ருக்கும்
விவசா யிக்கு உதவும் பாரு!

தாகத் தோடு காத்தி ருக்கும்
நெல் வயல்கள் குடிக்கும் பாரு!
காகம் முதல் குருவி வரை
தாகம் தீர்க்கும் அழகைப் பாரு!

நிலத்தின் அடி நீரை எல்லாம்
ஏற்றி விடும் ஏரியைப் பாரு!
கொளுத்தும் வெயில் காலத்திலும்
குடிக்க நீரைத் தந்திடும் பாரு!

கரை ஓர மரங்கள் எல்லாம்
ஏரி அழகை ரசிக்கும் பாரு!
ஊறும் நண்டும் ஓடும் மீனும்
பறவைக் கெல்லாம் உணவு பாரு!

பல் உயிர்ச் சூழலெல்லாம்
ஏரிக்குள்ளே அடக்கம் பாரு!
நல்ல நீரைத் தேக்கி வைக்கும்
ஏரி போலே வேறு யாரு?

ஏரி தன்னை நம்பி இருக்கும்
உயிர் களைப் பார்ப்பது யாரு?
கூறு போட்ட மனிதர் களே
ஏரி களைக் காப்பது யாரு?

11. ஓரெழுத்து ஒரு மொழி!

ஓரெழுத்து ஒருமொழி
தெரிந்து கொள்ள என்னவழி!
ஓரெழுத்துகளின் பொருளினை
அறிவோமிந்த பாடல் வழி!

ஆவென்று சொன்னால்
பசுவென்று பொருளாம்!
ஊவென்று சொன்னால்
தசையென்று பொருளாம்!

ஈயென்று சொன்னால்
பூச்சியென்று பொருளாம்!
ஏயென்று சொன்னால்
அம்பென்று பொருளாம்!

ஐயென்று சொன்னால்
அழகென்று பொருளாம்!
கையென்று சொன்னால்
உறுப்பென்று பொருளாம்!

ஓவென்று சொன்னால்
உயர்வென்று பொருளாம்!
கோவென்று சொன்னால்
அரசனென்று பொருளாம்!

காவென்று சொன்னால்
சோலையென்று பொருளாம்!
கூவென்று சொன்னால்
நிலமென்று பொருளாம்!

சாவென்று சொன்னால்
சாதலென்று பொருளாம்!
சோவென்று சொன்னால்
மதிலென்று பொருளாம்!

சீயென்று சொன்னால்
திருமகளென்று பொருளாம்!
சேயென்று சொன்னால்
சிவப்பென்று பொருளாம்!

துவென்று சொன்னால்
அசைத்தலென்று பொருளாம்!
தூவென்று சொன்னால்
தூய்மையென்று பொருளாம்!

தேயென்று சொன்னால்
தெய்வமென்று பொருளாம்!
தையென்று சொன்னால்
திங்களென்று பொருளாம்!

நாவென்று சொன்னால்
நாக்கென்று பொருளாம்!
நோவென்று சொன்னால்
தூக்கமென்று பொருளாம்!

நேயென்று சொன்னால்
அன்பென்று பொருளாம்!
நையென்று சொன்னால்
துன்பமென்று பொருளாம்!

பாவென்று சொன்னால்
பாடலென்று பொருளாம்!
பேவென்று சொன்னால்
அச்சமென்று பொருளாம்!

மாவென்று சொன்னால்
பெரிதென்று பொருளாம்!
மூவென்று சொன்னால்
மூப்பென்று பொருளாம்!

மீயென்று சொன்னால்
மேலென்று பொருளாம்!
மையென்று சொன்னால்
மசியென்று பொருளாம்!

வீயென்று சொன்னால்
மலரென்று பொருளாம்!
வௌவென்று சொன்னால்
கவர்தலென்று பொருளாம்!

இருநூற்று நாற்பத்தேழில்
நாற்பத்தியிரண்டு மட்டும்
ஓரெழுத்து ஒருமொழியாம்!
ஓங்குபுகழ் தமிழ்மொழியாம்!

12. காகம்

கருமை நிறத்துக் காகமே!
கரைந்து அழைக்கும் காகமே!
உருவம் சிறிதே ஆனாலும்
உள்ளம் உனக்கு பெரிதாமே!

உணவு சிறிதே கிடைத்தாலும்
உறவைக் கூட்டி வருவாயே!
மண்ணில் உணவை வைத்தாலும்
மகிழ்வாய் நீயும் உண்பாயே!

கழிவாய் கொட்டும் உணவுகளை
இழிவானது என்று கருதாமல்
செழிப்பாய் உண்டு செரித்துத்தான்
சூழலை நன்றாய்க் காப்பாயே!

தாகம் உனக்கும் வந்துவிட்டால்
தயங்காமல் நீரைக் குடிப்பாயே!
போகும் வழியில் மீன்கண்டால்
கொத்திக் கொண்டு போவாயே!

கரடு முரடு குச்சிகளால்
மரத்தில் கூடு அமைப்பாயே!
இரண்டு மூன்று முட்டையிட்டு
இரவும் பகலும் காப்பாயே!

குட்டிக் காக்கைக்கு உணவூட்டும்
பணியை நிறைவாய்ச் செய்வாயே!
எட்டிப் பிடிக்க வந்துவிட்டால்
உச்சந் தலையில் கொத்துவாயே!

காகம் ஒன்று இறந்துவிட்டால்
கரைந்து கரைந்து அழுவாயே!
சோகம் தீரக் குளத்தினிலே
குளித்து நீயும் எழுவாயே!

உன்னைப் பற்றிய உண்மைகளை
அம்மா சொல்லக் கேட்டேனே!
உன்னைப் போலொரு பறவையினை
உலகில் இல்லையென்று சொல்வேனே!

13. கடலில் போகும் கப்பலே!

கடலில் போகும் கப்பலே
காற்றைக் கிழித்துச் செல்கின்றாய்!
உடலை நீயும் மிதக்கவிட்டு
கடல்நீரைக் கிழித்துச் செல்கின்றாய்!

பனியும் மழையும் பாராமல்
துடிப்பாய் நீயும் போகின்றாய்!
மனிதர்க்கு வேண்டிய மீன்களை
பிடித்திட நீயும் உதவுகின்றாய்!

துண்டாய்ப் பிரிந்த நாடுகளை
இணைக்கவே நீயும் நீந்துகின்றாய்!
வேண்டிய பொருளை மக்களுக்கு
வெளிநாட்டில் எடுத்து வருகின்றாய்!

கல்லைப் போல எடைகொண்ட
பொருளை ஏற்றி வருகின்றாய்!
உல்லாசப் பயணம் மேற்கொள்ள
உலகைச் சுற்றி காட்டுகின்றாய்!

வீசும் புயலை எதிர்கொண்டு
வீரனைப் போலவே வருகின்றாய்!
பாசம் நிறைந்த அன்னைபோல்
பத்திரமாய்க் கரை சேர்க்கின்றாய்!

எதிரிகள் யாரும் நெருங்காமல்
கடலை அரணாய் காக்கின்றாய்!
சதிராடும் கடலின் அலைகளிலே
கப்பல் படையாய் நிற்கின்றாய்!

14. வெற்றிக்கான வழியாகும்!

கால நேரம் பார்க்காமல்
　　ஓடுது பாரிந்த கடிகாரம்!
காலமென்றும் நிற்காத
　　கரையும் பெருங்கற்பூரம்!

நல்ல நேரம் கெட்ட நேரம்
　　சொல்லும் முகம் அரிதாரம்!
கோள்களின் கோளாறென்று
　　சொல்கின்றவன் அவதாரம்!

கேள்வியெதும் கேட்காமலே
　　செய்வார் சிலர் பரிகாரம்!
நாள்பார்த்து கோள் பார்த்து
　　செய்வார் சிலர் பெருயாகம்!

தம்திறனை நம்பாதோர்
　　செய்து வைத்த பிழையாகும்!
அம்மக்கள் தோற்றுவித்த
　　முட்டாள்தனம் இதுவாகும்!

மூடநிறை நம்பிக்கையை
　　பின்பற்றுவது தவறாகும்!
கடினமான உழைப்பொன்றே
　　வெற்றிக்கான வழியாகும்!

காலம்போனால் வாராதென்பது
　　இயற்கை தந்த விதியாகும்!
நாளும் உழைப்பை தந்திட்டால்
　　வெல்வது நமது மதியாகும்!

15. குழந்தைகள் தின வாழ்த்து!

சின்னஞ்சிறு குழந்தைகளே வாங்க!
என் சிங்காரக் குழந்தைகளே வாங்க!
கண் நிறைந்த குழந்தைகளே வாங்க!
குழந்தை தினம் கொண்டாட வாங்க!

நேரு மாமா பிறந்த நாளில் தாங்க
உங்கள் தினம் கொண்டாடு றோங்க!
கருவண்டு கண்கள் கொண்டு தாங்க
அழகாய் உலகைப் பார்க்குறீங்க நீங்க!

மழலை மொழி பேசும்போது தாங்க
தாய் மொழியும் மகிழ்ந்து போகுதேங்க!
அழகு மானின் நடையைப் பயிலுறீங்க
அள்ளிக் கொள்ள உள்ளம் ஏங்குதேங்க!

குறும்புத் தனம் செய்யும் போதுதாங்க
எம்குழந்தைப் பருவம் நினைவிலாடுதுங்க!
எறும்பைப் போல சுறுசுறுப்பு நீங்க
எட்டிப் பிடிக்க முடிவதில்லை போங்க!

அம்மா அப்பா செல்லமாமே நீங்க
அட்டகாசம் செய்வது தான் ஏங்க?
சும்மா சும்மா சுத்திவரும் நீங்க
எங்கள் உலகை அழகாக் கிட்டீங்க!

தாத்தா பாட்டி செல்லமாமே நீங்க
அக மகிழ்ந்து போகிறோமே நாங்க!
அத்தை மாமா செல்லமாமே நீங்க
வம்பு தும்பு பண்ணாமத்தான் வாங்க!

கள்வனைப் போல் ஓடி ஒளியுறீங்க
    கண்டுவிட்டால் சிரித்து மகிழுறீங்க!
பால் மணம் மாறிப் போயிட்டீங்க
    பள்ளிக்குத்தான் போகப் போகுறீங்க!

பள்ளி செல்லும் அழகைக் கண்டுதாங்க
    நாங்களெல்லாம் மகிழ்ந்து போகிறோங்க!
துள்ளி ஓடும் செல்லமெல்லாம் வாங்க
    வாலுவோட குழந்தை வாழ்த்து இதுதாங்க!

16. சிட்டுக் குருவி வந்தது!

சிட்டுக் குருவி வந்தது
பட்டுச் சட்டை தந்தது!
சின்னாங் குருவி வந்தது
சிலுக்குச் சட்டை தந்தது!

கதிர்க் குருவி வந்தது
கதருச் சட்டை தந்தது!
கத்துங் குருவி வந்தது
கம்பளிச் சட்டை தந்தது!

தவிட்டுக் குருவி வந்தது
தைத்தச் சட்டை தந்தது!
தினைக் குருவி வந்தது!
தீபாவளிச் சட்டை தந்தது!

பூங்(காக்) குருவி வந்தது!
பூப்போட்டச் சட்டை தந்தது!
தூக்கணாங் குருவி வந்தது!
துண்டுச் சட்டை தந்தது!

ஊர்க் குருவி வந்தது!
ஊதாச் சட்டை தந்தது!
உழவாரக் குருவி வந்தது!
முழுக்கைச் சட்டை தந்தது!

சட்டைத் தந்த குருவியே
முட்டை இட்டுப் போகாதே!
குஞ்சு பொரித்து நீயுமே
கூடி மகிழ்ந்து வாழ்ந்திடு!

(செப்டம்பர் 2019 - பொம்மி சிறுவர் மாத இதழில் வெளியானது)

17. சுற்றுப்புறத் தூய்மை!

வீட்டைச் சுத்திக் குப்பையா?
இருப்பது ரொம்ப தப்பையா!
சேட்டை செய்யும் வேளையில்
கூட்டிப் பெருக்கிடு சுப்பையா!

தெருவில் குட்டைத் தண்ணீரும்
இருப்பது ரொம்பத் தப்பைய்யா!
ஊரைச் சுற்றும் வேளையிலே
மண்ணைக் கொட்டி மூடய்யா!

குட்டை நீரைத் தேங்கவிட்டால்
கொசுக்கள் பல்கிப் பெருகிடுமே!
தட்டையான ஊசி கொண்டு
ரத்தம் உறிஞ்சிக் குடித்திடுமே!

பகலில் கடிக்கும் கொசுக்களினால்
டெங்கு காய்ச்சல் வந்திடுமே!
சிக்கல் நிறைந்த பலநோய்கள்
கொசுவால் உடலில் புகுந்திடுமே!

கொசுவை ஒழிக்கும் பணிகளிலே
நாமும் கைகளைக் கோர்ப்போமே!
அசுத்தம் எதையும் செய்யாமல்
இருக்கும் இடத்தைக் காப்போமே!

புற்று நோயை உருவாக்கும்
நெகிழி தன்னை தவிர்ப்போமே!
சுற்றுப் புறத் தூய்மையினால்
சுகமாய் நாமும் வாழ்வோமே!

18. சோளக்கொல்லை பொம்மை!

சோளம் விளையும் காட்டினிலே
பொம்மை ஒண்ணு நிக்குதடா!
ஆளைப் போல வேடமிட்டு
கம்முன்னு தான் நிக்குதடா!

குச்சி உடலை வச்சிகிட்டு
சட்டித் தலையை நீட்டுதடா!
பிச்சிப் போட்ட வைக்கோலை
உடம்பில் துருத்திக் காட்டுதடா!

இரண்டு கையை நீட்டிக்கிட்டு
காட்டைக் காவல் காக்குதடா!
முரண்டு ஏதும் பிடிக்காமல்
முட்டை கண்ணால் பாக்குதடா!

கொட்டும் மழையே வந்தாலும்
நனைந்து கொண்டே நிற்குதடா!
வாட்டும் வெயிலே வந்தாலும்
காய்ந்து கொண்டே நிற்குதடா!

இரவில் தனியாய் இருந்தாலும்
பயப் படாமல் நிற்குதடா!
பறந்து வரும் பறவைகளை
பயந்து ஓட வைக்குதடா!

முத்துப் போல விளைந்திருக்கும்
தானிய மணிகளைக் காக்குதடா!
கொத்தித் தின்னும் பறவைகளை
தனியொரு ஆளாய் விரட்டுதடா!

சோளம், கம்பு, நெல்வயலை
கண்ணைப் போல காக்குதடா!
நாளும் உழைக்கும் விவசாயிக்கு
காவல் காரனாய் நிற்குதடா!

19. சொக்கா முழுக்க சோளத் தட்டை!

சொக்கா முழுக்க சோளத் தட்டை!
சேவல் வயித்துல கோழி முட்டை!
பக்கா முழுக்கப் பாக்கு மட்டை!
மாட்டுக்குப் போடுடா புல்லுக் கட்டை!

வாய்க்கால் முழுக்க கம்பந் தட்டை!
வண்டோட வயித்துல வாத்து முட்டை!
பொய்க்கால் குதிரை உருட்டுக் கட்டை!
பொறுக்கி எடுடா புளியங் கொட்டை!

அடுப்பு முழுக்க கொள்ளிக் கட்டை!
அணில் வயித்துல காடை முட்டை!
அடுக்கு நிறைய பலாக் கொட்டை!
நாராய்க் கிழிடா வாழை மட்டை!

ஆளை மயக்குது லவங்கப் பட்டை!
ஆட்டின் வயித்துல பல்லி முட்டை!
அழுக்கு வெரட்டுது பூந்திக் கொட்டை!
அம்மா எடுப்பாங்கடா பூரிக்கட்டை!

அய்யோ அம்மா சூட்டுக் கொட்டை!
காக்கா வயித்துல பாம்பு முட்டை!
குய்யோ முய்யோ பனங் கொட்டை!
குனியாமல் சுத்துடா கர்லா கட்டை!

20. தஞ்சை பெரிய கோயிலு!

ராச ராச சோழரு!
கட்டி வச்ச கோயிலு!
தேசமெலாம் புகழ் பரப்பும்
தஞ்சை பெரிய கோயிலு!

வாரணங்கள் கல் சுமந்து
வடித்து வைத்த கோயிலு!
நூறாயிரம் கல்லைக் கொண்டு
கட்டி வச்சக் கோயிலு!

பெருங்கல்லால் செய்து வைத்த
பெரிய விமானக் கோயிலு!
ஒருகல்லைக் கடைந் தெடுத்து
பெருநந்தி அமைத்தக் கோயிலு!

சிற்பங்களுக்கு உயிர் கொடுத்த
சிலைகள் அழகுக் கோயிலு!
பொறியியல் அற்புதமென்று
உலகோர் போற்றும் கோயிலு!

தானம் தந்தோர் பெயர்களை
கல்வெட்டில் பதித்தக் கோயிலு!
வானம் உயர தமிழர்பெயரை
வரலாற்றில் பதித்தக் கோயிலு!

உருளும் பூமி அதிர்ச்சியை
தாங்கி நிற்கும் கோயிலு!
ஓராயிரம் ஆண்டா னாலும்
அசையாது நிற்கும் கோயிலு!

கோயில் கட்டும் கலைகளுக்கு
முன்னோடி யானக் கோயிலு!
தாயகமாம் தமிழர் கலைக்கு
கண்ணாடி யானக் கோயிலு!

குஞ்சர மல்லன் சிற்பியாலே
உருவம் பெற்ற கோயிலு!
தஞ்சை மக்கள் உழைப்பினாலே
உயர்ந்து நிற்கும் கோயிலு!

21. தண்டோரா!

டும் டும் டும் தண்டோரா!
    டுமுக்கு டும் டும் தண்டோரா!
தமுக்கடிச்சி ஊருக் கெல்லாம்
    சேதி சொல்லும் தண்டோரா!

புலி விரட்டத் தண்டோரா!
    குள்ளநரி விரட்டத் தண்டோரா!
யானை விரட்டத் தண்டோரா!
    பெரும்படை திரட்டத் தண்டோரா!

பெருவெள்ளம் புயல் வந்தால்
    ஊரை எச்சரிக்கும் தண்டோரா!
தெருத்தெருவா சேதி சொல்லும்
    தோல் பறைக்கருவி தண்டோரா!

பாமர மக்களுக்கும் பல
    சேதி சொல்லும் தண்டோரா!
பஞ்சா யத்தின் முடிவுகளை
    பரப்பும் இந்தத் தண்டோரா!

(செப்டம்பர் 2019 - பொம்மி சிறுவர் மாத இதழில் வெளியானது)

22.தமிழரின் சமையல்!

பொன்னியரிசி புழுங்கலரிசி எங்கேக்கா?
சோறு பொங்க வேணும் கொண்டாக்கா!
தினையரிசி பச்சையரிசி எங்கேக்கா?
பொங்கலுக்கு வேணும் கொண்டாக்கா!

வெண்டைக்காய் வெள்ளரிக்காய் எங்கேக்கா?
சாம்பாருக்கு வேணும் கொண்டாக்கா!
சுண்டைக்காய் சுரைக்காய் எங்கேக்கா?
குழம்புக்கு வேணும் கொண்டாக்கா!

அவரைக்காய் கொத்தவரங்காய் எங்கேக்கா?
பொறியலுக்கு வேணும் கொண்டாக்கா!
கோவக்காய் பாவக்காய் எங்கேக்கா?
வறுவலுக்கு வேணும் கொண்டாக்கா!

முருங்கைக்காய் பூசணிக்காய் எங்கேக்கா?
அவியலுக்கு வேணும் கொண்டாக்கா!
பீர்க்கங்காய் பிரண்டைக்கொடி எங்கேக்கா?
துவையலுக்கு வேணும் கொண்டாக்கா!

புளியங்காய் எலுமிச்சை எங்கேக்கா?
ரசத்துக்கு வேணும் கொண்டாக்கா!
வாழைக்காய் உருளைக்கிழங்கு எங்கேக்கா?
மசியலுக்கு வேணும் கொண்டாக்கா!

பாரம்பரிய உணவு இங்கேக்கா!
பன்னாட்டு உணவு எதுக்குக்கா?
பருப்போடு மணக்கும் சமையலக்கா!
பசிதீர பகிர்ந்துண்போம் நீ வாக்கா!

23. தேசத்தந்தை!

இந்தியாவை அடிமைகொண்ட
இங்கிலாந்து வெள்ளையரே!
இந்தியரின் செல்வமெல்லாம்
திருடிக்கொண்டு சென்றனரே!

தென்னாப்ரிக்கா விலிருந்து
காந்தி மகான் வந்தாரே!
அந்நியரை விரட்டி அடிக்க
களம் இறங்கி நின்றாரே!

பிரிந்து கிடந்த மக்களை
ஒன்று சேர வைத்தாரே!
பரங்கியனை விரட்டிடவே
விழிப்புணர்வைத் தந்தாரே!

தேசம் முழுக்கப் பயணித்து
விடுதலை கேட்கச் செய்தாரே!
மோசம் செய்யும் வெள்ளையனை
விரட்டி அடிக்கச் சொன்னாரே!

அகிம்சை எனும் ஆயுதத்தை
அந்நியர் முன்பு வைத்தாரே!
துகில் எரிக்கும் போராட்டத்தால்
அந்நிய துணியைத் ஒழித்தாரே!

கதராடை உடுத்திக் கொண்டு
கடும் விரதம் இருந்தாரே!
சுதந்திரம் வேண்டும் என்று
சிறைச் சாலை சென்றாரே!

வெள்ளையனே வெளியேறெனும்
வெற்றி முழக்கம் தந்தாரே!
நல்லோர்களை ஒன்று சேர்த்து
விடுதலை வாங்கித் தந்தாரே!

இளம் தலைவர்களை உருவாக்கி
காந்தித் தாத்தா ஆனாரே!
வெள்ளையரை விரட்டி அடித்து
தேசத் தந்தை ஆனாரே!

24. தேசியச் சின்னங்கள்!

எமது தேசம் இந்தியா
என்று சொல்லும் சந்தியா!
நமது நாட்டின் தேசியச்
சின்னங்களைச் சொல்வாயா?

சொல்வேன் நானும் நன்றாக!
கேட்பீர் நீங்களும் பாட்டாக!
நல்லது சொன்னாய் சந்தியா!
நன்றாய்ச் சொல்லு சந்தியா!

பாய்ந்து வரும் வரிப்புலி – நம்
தேசிய விலங்கு வங்கப் புலி!
சாய்ந்து பறக்கும் ஆண்மயில் – நம்
தேசியப் பறவை வண்ண மயில்!

பழுத்து நிற்கும் மாம்பழம்
அதுவே நமது தேசியப்பழம்!
விழுதுகள் விடும் ஆலமரம்
அதுவே நமது தேசியமரம்!

குளத்தில் பூத்த தாமரை மலர்
அதுவே நமது தேசிய மலர்!
வளமாய் ஓடும் கங்கை நதி
அதுவே நமது தேசிய நதி!

வளைதடிப் பந்து விளையாட்டு
அதுவே நமது தேசிய விளையாட்டு!
வளைந்து பறக்கும் மூவர்ணக்கொடி
அதுவே நமது தேசியக் கொடி!

நான் முகச் சிங்க இலச்சினை
அதுவே நமது தேசிய இலச்சினை!
பொன் கங்கையில் வாழும் ஓங்கில்*
அதுவே நமது தேசிய நீர் விலங்கு!

சிலிர்க்கும் ஜன கண மன கீதம்
அதுவே நமது தேசிய கீதம்!
ஒலித்திடும் வந்தே மாதரப் பாடல்
அதுவே நமது தேசியப் பாடல்!

துல்லிய சக ஆண்டு நாட்காட்டி
அதுவே நமது தேசிய நாட்காட்டி!
துல்லியமாகச் சொல்லி விட்டேன்
தூக்கத்தில் கேட்டாலும் சொல்லிடுவீர்!

(★ ஓங்கில் = டால்பின்)

25. நதியே! எங்கள் கதியே!

வளைந்து செல்லும் நதியைப் பார்!
வாகாய்த் துள்ளும் மீனைப் பார்!
கிளையாய்ப் பிரியும் நதியைப் பார்!
வழிந்தோடும் நீரின் சத்தம் பார்!

புல்லும், பூண்டும், செடி கொடியும்
நதியோரம் செழித்து வளர்வதைப் பார்!
நல்லோர் போலே உயர்ந்து நிற்கும்
கரைதனில் மரங்கள் இருப்பதைப் பார்!

நீர் இல்லா நிலங்களில் வாழ்கின்ற
பல்லுயிர்களின் தாகம் தீர்க்கும் பார்!
சிறகடித்து வரும் பறவைக் கெல்லாம்
மீனையும், நண்டையும் தந்திடும் பார்

தவளை பாம்பு நத்தை யென்று
இருவாழ்விகள் இங்கு வாழ்வதைப் பார்!
தவழ்ந்து ஓடும் தண்ணீருக் குள்ளே
முதலைகள் மறைந்து இருப்பதைப் பார்!

சிறுபூனை முதல் சிங்கம் வரை
விலங்கினத்துக்கு நீரைத் தந்திடும் பார்!
பெருயானை முதல் பெருச்சாளி வரை
குளிக்கவும் நீரைத் தந்திடும் பார்!

உலகில் உள்ள உயிருக் கெல்லாம்
உதிரச் சங்கிலி தருவதைப் பார்!
அழுக்கோ, அசுத்தமோ செய்யாமல்
நதியைக் காத்திடும் வனத்தைப் பார்!

விலங்குகள் காக்கும் நதிகளையே
    வீணாய் மனிதன் அழிப்பதைப் பார்!
காலந் தோறும் மணல் அள்ளி
    நதியின் மடியை அறுப்பதைப் பார்!

நதிநீர் நமக்கு உயிரெனப் பார்!
    உணர்ந்து அதனைக் காப்பது யார்?
நதியே! எங்கள் கதியே என்று
    மனிதர் உணரும் நாளெது பார்?

26. புத்தகமெனும் நண்பன்!

நல்ல புத்தகம் தான்
எனக்கு முதல் நண்பன்!
சொல்ல றிவைத் தான்
வளர்க்கும் நல்ல அன்பன்!

அச்சு எழுத்து களால்
எனை ஈர்க்கும் இன்பன்!
பேச்சுக் கலை களுக்கு
தகவல் தரும் சுரங்கன்!

உலக வரலாறை யெலாம்
தன்னுள் அடக்கும் உலகன்!
மலரும் புரட்சி தன்னை
எழுத்தில் பரப்பும் கலகன்!

எழுத்த றிவிக்கும் ஆசான்
கையில் இவன் குமுதன்!
பழுத்த அனுபவத்தைப் பங்கு
வைக்கும் இவன் அமுதன்!

எண்ணமுயர் கல்வி தனை
வளர்த்து விடும் மலையன்!
வண்ணமுயர் காவியங் களை
வார்த்தி ருக்கும் தலைவன்!

உளமார இவனை நேசித்தால்
அறிவால் ஆவோம் பெருங்கலைஞன்!
வளமாக இவனை வாசித்தால்
அறிவால் ஆவோம் பேரறிஞன்!

27. நல்லா நாமும் வாழணும்!

நல்லா நாமும் வாழணும் - ஆனா
நாடு போற்ற வாழணும்!
எல்லோரைப் போல் வாழணும் – ஆனா
ஏமாந் துடாம வாழணும்!

நல்லா நாமும் படிக்கணும் – ஆனா
புரிஞ்சி கிட்டு படிக்கணும்!
எல்லோரைப் போல் படிக்கணும் – ஆனா
எல்லாத் தையும் படிக்கணும்!

நல்லா நாமும் எழுதணும் – ஆனா
நல்ல விதமா எழுதணும்!
எல்லோரைப் போல் எழுதணும்- ஆனா
தனித் துவமா எழுதணும்!

நல்லா நாமும் பேசணும் – ஆனா
பொய் யில்லாம பேசணும்!
எல்லோரைப் போல் பேசணும் – ஆனா
நல்ல தையே பேசணும்!

நல்லா நாமும் நடக்கணும் – ஆனா
நல்லோர் வழி நடக்கணும்!
எல்லோரைப் போல் நடக்கணும் – ஆனா
எடுத்துக் காட்டா நடக்கணும்!

நல்லா நாமும் இருக்கணும் - ஆனா
நல்லோ ரோடு இருக்கணும்!
எல்லோரைப் போல் இருக்கணும் – ஆனா
மிக எளிமையாக இருக்கணும்!

28. நாடெல்லாம் மரம் வளர்ப்போம்!

வீட்டுக்கொரு நன்மை செய்ய
    தெருவெல்லாம் மரம் வளர்ப்போம்!
நாட்டுக்கொரு நன்மை செய்ய
    நாடெல்லாம் மரம் வளர்ப்போம்!

புயலைக்கூட தாங்கி நிற்கும்
    பூர்வீகப் பனை வளர்ப்போம்!
வெயிலைக்கூட தாங்கி நிற்கும்
    வேப்பமரம் தனை வளர்ப்போம்!

விளக்கேற்ற எண்ணெய் தரும்
    இலுப்பைமரம் தனை வளர்ப்போம்!
வலிபோக்க இலைகள் தரும்
    வாதநாராயணி மரம் வளர்ப்போம்!

செக்காட்ட மரத்தைத் தரும்
    வாகைமரம் தனை வளர்ப்போம்!
தீக்குச்சி செய்யத் தரும்
    முள்முருங்கை மரம் வளர்ப்போம்!

உறுதியான பலகை தரும்
    ஈட்டிமரம் தனை வளர்ப்போம்!
கறுநிறத்தில் உலக்கை தரும்
    கருங்காலி மரம் வளர்ப்போம்!

அழகான மரச்சாமான் தரும்
    தேக்குமரம் தனை வளர்ப்போம்!
கிழியாத மட்டையைத் தரும்
    பாக்குமரம் தனை வளர்ப்போம்!

பசிபோக்கப் பழங்கள் தரும்
பலாமரம் தனை வளர்ப்போம்!

புளிப்பான பழங்கள் தரும்
புளியமரம் தனை வளர்ப்போம்!
செழிப்பான பழங்கள் தரும்
செவ்வாழை மரம் வளர்ப்போம்!

29.நீச்சல் பழக வேண்டும்!

நீச்சல் பழக வேண்டும்
நீச்சல் பழக வேண்டும் – நீரில்
மூச்சடக்கி முழ்கி எழுந்து
நீச்சல் பழக வேண்டும்!

துள்ளிச் செல்லும் மீனைப்போல
நீச்சல் பழக வேண்டும் – நீரைத்
தள்ளிச் செல்லும் தவளை போல
நீச்சல் பழக வேண்டும்!

வட்ட வடிவக் கிணற்றினிலே
நீச்சல் பழக வேண்டும்! – ஊரில்
குடுவைதனை* முதுகில் கட்டி
நீச்சல் பழக வேண்டும்!

செவ்வக வடிவக் குளத்தினிலே
நீச்சல் பழக வேண்டும்! – நாளும்
தவறாமல் பயிற்சி பெற்று
நீச்சல் பழக வேண்டும்!

மேலிருந்து குதித்த உடன்
கைகள் தள்ள வேண்டும் – நீரில்
காலிரண்டும் தவளை போல
உந்தித் தள்ள வேண்டும்!

நீர்மேலே வந்த கையால்
வாரி இழுக்க வேண்டும் – காலை
நீர்மேலே வளைத்து நிமிர்த்தி
உதைத்துத் தள்ள வேண்டும்!

(★குடுவை = கொடியில் காய்ந்த சுரைக்காய் கூடு)

நீரின் பயம் போக்கிவிட்டால்
    நீச்சல் உனக்குச் சொந்தம் – தினம்
நீரைக் கிழித்து நீந்திவந்தால்
    நீளாயுள் உனக்குப் பந்தம்!

பொங்கி வரும் கடலலையில்
    சிக்கிக் கொண்டால் கடினம் – யானை
முங்கும் காட்டாறு தன்னில்
    மாட்டிக் கொண்டால் சிரமம்!

உயிர் காக்கும் கலைகளிலே
    நீச்சல் என்பதும் ஒன்று – இளம்
வயதிலதைக் கற்றிடுவாய் நன்று!
    உயிரைக் காத்திடுவாய் நின்று!

30. பச்சை நிறத்து மூங்கிலே!

பச்சை நிறத்து மூங்கிலே!
புல்லின் வகை மூங்கிலே!
மச்சு வீடே ஆனாலும்
அழகு செய்யும் மூங்கிலே!

உலகில் உள்ள மரங்களிலே
விரைவாய் வளரும் மூங்கிலே!
மலையில் ஓங்கி வளர்ந்தாலும்
மழையைத் தரும் மூங்கிலே!

வில்லைச் செய்ய பயன்படும்
வீரியம் கொண்ட மூங்கிலே!
கல்லைக் கொண்டு அடித்தாலும்
உடைந்து போகா மூங்கிலே!

சேனை போலக் கூட்டமாய்
புதராய் வளரும் மூங்கிலே!
யானைக் கூட்டம் விரும்பியே
தின்னும் உணவாய் மூங்கிலே!

ஆதி கால மனிதருக்கு
குவளைகள் ஆன மூங்கிலே!
ஊதி மகிழும் மனிதருக்கு
புல்லாங் குழலாய் மூங்கிலே!

ஏழை கட்டும் வீட்டிற்கு
ஏற்ற மரம்தான் மூங்கிலே!
குழந்தை ஆடும் தொட்டிலுக்கு
உதவிடும் மரமாய் மூங்கிலே!

எழுதும் காகிதம் செய்வதற்கு
மூலப் பொருளாய் மூங்கிலே!
அழகிய கூடை, முறங்களுக்கு
பின்னப் பயன்படும் மூங்கிலே!

பூகம்பம் புவியில் வந்தாலும்
வீட்டைத் தாங்கும் மூங்கிலே!
வேகும் கோடைக் காலத்திலே
குளிர்ச்சியைத் தரும் மூங்கிலே!

அறுபது ஆண்டு முடிவினிலே
ஆயுளை முடிக்கும் மூங்கிலே!
இறுதிக் காலம் முடிவினிலே
அரிசியைத் தரும் மூங்கிலே!

31. மாவீரன் பகத்சிங்!

பஞ்சாப்பின் சிங்கம் பகத்சிங்!
    பரங்கியனை மிரட்டிய பகத்சிங்!
அஞ்சாத சிங்கம் பகத்சிங்!
    ஆங்கிலேயனை விரட்டிய பகத்சிங்!

கடவுள் மறுப்பாளர் பகத்சிங்!
    கடமைப் பொறுப்பாளர் பகத்சிங்!
மடமையை எதிர்த்தவர் பகத்சிங்!
    மக்களை நேசித்தவர் பகத்சிங்!

புத்தகப் பிரியர் பகத்சிங்!
    புதுமை சிந்தனையாளர் பகத்சிங்!
நேதாஜியின் சீடர் பகத்சிங்!
    நேருவின் நண்பர் பகத்சிங்!

சுக்தேவ் ராஜ்குரு பகத்சிங்!
    நண்பர்கள் தலைவர் பகத்சிங்!
சக்தி மிகுந்தவர் பகத்சிங்!
    சரித்திரம் ஆனவர் பகத்சிங்!

வீரத்தின் நாயகர் பகத்சிங்!
    கம்யூனிச சேவகர் பகத்சிங்!
அரசினை எதிர்த்தவர் பகத்சிங்!
    புரட்சியை விதைத்தவர் பகத்சிங்!

சுதந்திரம் கேட்டவர் பகத்சிங்!
    சதிவழக்கில் கைதானவர் பகத்சிங்!
நீதிமன்றத்தில் வாதிட்டவர் பகத்சிங்!
    தண்டனைக் கைதியானவர் பகத்சிங்!

தாயகம் காத்திட பகத்சிங்!
தன்னுயிரை ஈந்தவர் பகத்சிங்!
துயரத்தில் ஆழ்த்திய பகத்சிங்!
துடிப்பினை ஏற்படுத்திய பகத்சிங்!

சூரனாய் வந்தவர் பகத்சிங்!
சுதந்திரம் கேட்டவர் பகத்சிங்!
மரணத்தை வென்றவர் பகத்சிங்!
எங்கள் மாவீரரானவர் பகத்சிங்!

32. உதய நாள் வாழ்த்து!

பத்து மாதம் முத்து போல
தாய்வயிற்றில் பிறந்த தமிழ்க்குழவியே!
தத்தி ஓடும் மானைப் போல
தாய்மண்ணில் பாதம் பதித்த மழலையே!

எத்திசையும் உன் பெயரை
உச்சரிக்க வைப்பாய் வரும் நாளையே!
சித்திரமே உன் வாய்திறக்க
தாயுனக்குத் தந்தாள் தமிழ்ப் பாலையே!

கல்வி, கேள்வி, கலைகள் கற்று
கண்ணியத்தைக் காத்து நின்று
சொல்லும் சொல்லில் வாய்மை கொண்டு
தமிழின் மரபைக் காத்து நின்று
ஆள வேண்டும்... ஆளவேண்டும்!
அன்பினால் உலகாள வேண்டும்!
அறிவினால் நாடாள வேண்டும்!
பண்பினால் பாராள வேண்டும்!
பாசத்தால் உறவாள வேண்டும்!

வாழையடி வாழையாக
வளர்ந்து நீயும் செழிக்க வேண்டும்!
வானம் பூமி உள்ளவரை
வாழ்வாங்கு நீயும் வாழ வேண்டும்!
வரலாற்றில் உன்பெயரை
வலிமையாகப் பதிக்க வேண்டும்!
உனக்கென் உதய நாள் வாழ்த்துகள்!
இனிய உதய நாள் வாழ்த்துகள்!
பொன் உதய நாள் வாழ்த்துகள்!

33. பரம்பரை!

பழந்தமிழ்ச் சொற்களிலே
பரம்பரையெனும் சொல்லுண்டு!
தலைமுறை ஏழினையும்
பார்த்திடும் சிறப்புண்டு!

மகனும் மகளோடு
தலைமுறை ஒன்றாம்!
தகப்பன் தாயோடு
தலைமுறை இரண்டாம்!

பாட்டன் பாட்டியோடு
தலைமுறை மூன்றாம்!
பூட்டன் பூட்டியோடு
தலைமுறை நான்காம்!

ஓட்டன் ஓட்டியோடு
தலைமுறை ஐந்தாம்!
சேயோன் சேயோளோடு
தலைமுறை ஆறாம்!

பரனும் பரையோடு
தலைமுறை ஏழாம்!
பரனோடு பரைசேர்ந்தே
பரம்பரை ஆனதாம்!

குருதி மரபணுவை
அறிவியல் ஆய்ந்ததாம்!
இருந்தது தலைமுறை
ஏழின் தன்மைகளாம்!

ஏழு தலைமுறை
சேர்ந்ததே பரம்பரை!
எழுந்து பாடுங்கள்
தமிழின் சிறப்பினை!

34. பலகாரம் சாப்பிடலாம் வாங்க!

பலகாரம் சாப்பிடலாம் வாங்க!
பாட்டியம்மா செஞ்சதுதான் வாங்க!
பால்பாயாசம் சாப்பிடலாம் வாங்க!
பாசத்தோடு செஞ்சதுதான் வாங்க!

சுடச்சுட முறுக்குதான் வாங்க!
வாயிலதான் நொறுக்கலாம் நீங்க!
கடக்குமுடக்கு சீடைதான் வாங்க!
கடித்துத்துதான் தின்னலாம் நீங்க!

மொறுமொறு மிக்சர்தான் வாங்க!
மிச்சமின்றி சாப்பிடலாம் நீங்க!
கரகரப்பாய் காராச்சேவு வாங்க!
காரத்தோடு கடித்திடலாம் நீங்க!

கடலைமாவு பூந்திதான் வாங்க!
கரும்பைப்போல திங்கலாம் நீங்க!
புடிச்சிவச்ச லட்டுதான் வாங்க!
புட்டுபுட்டு சாப்பிடலாம் நீங்க!

வழவழக்கும் அல்வாதான் வாங்க!
வாய்நிறைய சாப்பிடலாம் நீங்க!
பளபளக்கும் பால்கோவா வாங்க!
பல்படாம சாப்பிடலாம் நீங்க!

அரிசிமாவு அதிரசம்தான் வாங்க!
அடுக்கடுக்கா சாப்பிடலாம் நீங்க!
பூரிபோல பனியாரம்தான் வாங்க!
பூரிப்போடு சாப்பிடலாம் நீங்க!

கீரையில செய்த அடைதாங்க!
    கிள்ளியெடுத்து சாப்பிடலாம் நீங்க!
காரம்போட்டு செய்த வடைதாங்க!
    கையிலெடுத்து சாப்பிடலாம் நீங்க!

வாழைக்காய் பஜ்ஜிதான் வாங்க!
    வாய்ருசியா சாப்பிடலாம் நீங்க!
மிளகாய் பஜ்ஜிதான் வாங்க!
    மிச்சமின்றிச் சாப்பிடலாம் நீங்க!

35. பனைமரமே!

ஓங்கி வளர்ந்த பனைமரமே!
ஓரியாய்* நிற்கும் பனைமரமே!
தாங்கும் ஏரிக்கரை தனிலே
தவங் கிடக்கும் பனைமரமே!

வைரம் பாய்ந்த பனைமரமே!
கருமை நிறத்துப் பனைமரமே!
கோரப் புயலே அடித்தாலும்
கல்லாய் நிற்கும் பனைமரமே!

கிளைகள் இல்லா பனைமரமே
பொருள்கள் யாவும் பயன்தருமே!
பாளை தன்னை சீவிவிட்டால்
பதநீர் குடிக்கக் கிடைத்திடுமே!

அதனைக் காய்ச்சி வடித்தெடுத்தால்
பனையின் வெல்லம் கிடைத்திடுமே!
பித்தம் நிறைந்த மனிதருக்கு
அவ்வெல்லம் சிறந்த மருந்தாமே!

வெந்திடும் வெய்யில் காலத்திலே
நுங்கினைத் தந்திடும் பனைமரமே!
சீந்துவார் இன்றி நின்றாலும்
பனம்பழம் தந்திடும் பனைமரமே!

(★ஓரியாய் = ஒற்றையாய்)

நாதியற்று விழுந்தாலும் நனி
மரமாய் எழுந்திடும் பனைமரமே!
பாதியில் பறித்துனை எடுத்தாலும்
பனங்கிழங்கைத் தந்திடும் பனைமரமே!

ஏழையின் வீட்டைக் கட்டிடவே
வாரையைத் தந்திடும் பனைமரமே!
மழையோ வெயிலோ வந்தாலும்
ஓலையால் காத்திடும் பனைமரமே!

எம்முன்னோர் கல்வி கற்பதற்கு
எழுத்தோலை தந்த பனைமரமே!
செம்மொழித் தமிழின் கவிதைகளை
எம்மிடம் சேர்த்த பனைமரமே!

இன்னும் நிறைய இருக்கிறதே
உன்றன் பயனைச் சொல்வதற்கே!
மண்ணில் உதித்த பனைமரமே
கண்போல் உனையும் காக்கணுமே!

அனைத்தையும் எமக்குத் தருவதனால்
அட்சயப் பாத்திரமென அழைப்பேனே!
வானைத் தொட்டிடும் பனைமரமே
வளர்ப்பேன் உன்னை அனுதினமே!

36. பாரதிக்கு ஒரு பாட்டு!

எத்தனை கோடி இன்பம் ஐயா - உன்
நற்றமிழ்க் கவிதை தந்ததைய்யா!
முத்தமிழ் தேடி சொல்லெடுத்து - கவி
மூலவரே உனைப் பாடுகின்றேன்!

விடுதலை வேள்விக்கு பாடுபட்டு...
ஏடெடுத்து நீயும் கவி சமைத்தாய்!
ஒடுங்கிய மனிதரை நிமிரவைக்க...
எழுத்தெடுத்து நீயும் இதழ் படைத்தாய்!

சுதந்திரக் காற்றை சுவாசிக்க...
சுடர்மிகு அறிவாலே சூளுரைத்தாய்!
எரிமலையான உன் எழுத்தாலே...
பரங்கியன் கூட்டத்தை அலறவைத்தாய்!

சுதந்திரம் தருகின்ற பெருமகிழ்வை...
கவிதையில் காட்டி மகிழ வைத்தாய்!
தர்மத்தின் வாழ்வினைக் காத்ததினால்...
தமிழ்க்கவிகளின் தலைவன் நீயானாய்!

கண்ணன் பாட்டு... குயில் பாட்டு...
பெண் களுக்கான தனிப்பாட்டு!
தாய்த்தமிழே உனைத் தாலாட்டும்
செந்தமிழ் நாடெனும் புதுப்பாட்டு!

காணி நிலம் கேட்ட கவிப்பாட்டு!
    காலனை உதைத்த கனல்பாட்டு!
சாதியம் அறுத்தது உன்பாட்டு!
    சமத்துவம் பேசியது குருவிப்பாட்டு!

அச்சத்தை ஒழித்தது அரும்பாட்டு!
    அன்பினை வளர்த்தது நின்பாட்டு!
பாட்டின் தலைவா..! பாரதி வா..!
    இச்சிறுவனை உன்னடி சேர்த்திட வா!

புதுக்கவிதை படைத்த பாரதியே!
    பாஞ்சாலி சபதத்தின் சாரதியே!
பாரதிதாசனின் தமிழ் குருவே!
    தேன்தமிழுக்கு நீதான் திருஉருவே!

37. பூச்சிகளின் உலகம்!

தட்டா முட்டான் தட்டான் பூச்சி!
கையில் ஒட்டிக்கிச்சாம் பட்டாம்பூச்சி!
தொட்ட பெட்டா தெள்ளுப் பூச்சி!
தூங்க விடாதாம் மூட்டைப் பூச்சி!

வெளிச்சம் தரும் விளக்குப் பூச்சி!
பள்ளம் பறிக்கும் குழி நரிப்பூச்சி!
விளக்கில் விழும் விட்டில் பூச்சி!
வெரட்டி அடிக்குதாம் குளவிப் பூச்சி!

வயலில் மேயும் வெட்டுக்கிளிப் பூச்சி!
வாய்க்காலில் திரியும் சிலந்திப் பூச்சி!
உயிர்ச் செடியிலூறும் மாவுப் பூச்சி!
ஊரையே சுத்துதாம் கரப்பான் பூச்சி!

மரத்தை அரிக்கும் கறையான் பூச்சி!
தேனை உறிஞ்சிடும் தேனீப் பூச்சி!
இரவில் சிணுங்கும் சில்வண்டுப் பூச்சி!
இருக்க விடாதாம் வீட்டு ஈப்பூச்சி!

திரிந்து அலைந்திடும் வண்டுப் பூச்சி!
நோயைப் பரப்பிடும் கொசுப் பூச்சி!
குருதி உறிஞ்சிடும் அட்டைப் பூச்சி!
குறையாயுள் கொண்டதாம் ஈசல் பூச்சி!

சுறுசுறுப்பாய் வாழும் எறும்புப் பூச்சி
குறுகுறுப்புத் தரும் கம்பளிப் பூச்சி!
சரிகைப் பட்டாடைக்குப் பட்டுப் பூச்சி!
மரக்கட்டையாய் மாறுமாம் குச்சிப் பூச்சி!

38. பிறந்தநாள் ஆத்திசூடி!

அன்னையிடம் கருவாகி
ஆற்றலுடன் உருவாகி
இனிமையான இந்நாளில்
ஈன்றாளே உன் அன்னை!
உன் தந்தை தேற்றிடவே
ஊருலகம் போற்றிடவே
எட்டுத்திக்கும் நற்செயலால்
ஏற்றிடுவாய் உன் பெயரை!
ஐயனின் குறள் வழியில்
ஒழுக்கத்துடன் நீ நடந்து
ஓங்கியதோர் வானம் கடந்து
ஔவைத் தமிழாய் வாழ்க! வளர்க!
எஃகே உமக்கென் பிறந்தநாள் வாழ்த்துகள்!

39. மாட்டு வண்டி ஓடுது!

மாட்டு வண்டி ஓடுது..!
அது மடமடன்னு ஓடுது..!
ரெட்டை கொம்பு மாடுபூட்டி
சோடி போட்டு ஓடுது..!

குழந்தைகளை ஏத்திக் கிட்டு
கும்மாளமாய் ஓடுது - அது
பள்ளம் மேடு பாக்காமல்
பட படன்னு ஓடுது..!

பொங்கல் விழா வந்துவிட்டா
தட புடலா ஓடுது - அது
தங்கமான தமிழினத்தின்
வீரம் காக்க ஓடுது..!

அலங்காரம் பண்ணிக் கிட்டு
ஆடி அசைஞ்சு ஓடுது – அது
சலங்கை சத்தம் கலகலக்க
புதுத் தாளத்தோடு ஓடுது..!

நெல்லுமூட்டை ஏத்திக்கிட்டு
நெஞ்சை நிமித்தி ஓடுது - அது
புல்லுக்கட்டை தூக்கிக்கிட்டு
புலியைப் போல ஓடுது..!

பல சரக்கை ஏத்திக்கிட்டு
ஊருக்குள்ளே ஓடுது - அது
கலகலன்னு சத்தம் போட்டு
களத்து மேட்டுல ஓடுது..!

கரும்பு கத்தை ஏத்திக்கிட்டு
கம்பீரமா ஓடுது - அது
இரும்பைக்கூட ஏத்தினாலும்
இழுத்துக்கிட்டு ஓடுது..!

பாட்டாளிக் கூட்டம் போல
பாசமாக ஓடுது - அது
கூட்டாளி போல நம்மை
கூட்டிக்கிட்டு ஓடுது..!

வெவசாய சனத்துக்காக
வேகமாக ஓடுது - அது
வெவரமாக இல்லைன்னாலும்
விசுவாசமாக ஓடுது..!

உழைக்கின்ற சனத்துக்காக
உசுரைக் கொடுத்து ஓடுது - அது
அழிவைத் தரும் புகையில்லாத
அழகு வண்டியா ஓடுது..!

(நவம்பர் 2019 - பொம்மி சிறுவர் மாத இதழில் வெளியானது)

40. மழை நீரை சேகரிப்போம்!

மழை நீரை சேகரிப்போம்!
மண்ணுக்குள்ளே சேகரிப்போம்!
விழுகின்ற மழை நீரை
வீணாக்காமல் சேகரிப்போம்!

எட்டடிக்குக் குழி எடுத்து
பெருங்கற்கள் பரப்பிடுவோம்!
கொட்டிவைத்த கற்கள் மீது
சிறு கற்கள் பரப்பிடுவோம்!

சிறு கற்கள் படுக்கை மீது
கரித்துண்டைப் பரப்பிடுவோம்!
கரித்துண்டுப் படுக்கைமீது
குறுங்கற்கள் பரப்பிடுவோம்!

குறுங்கற்கள் படுக்கைமீது
பெருமணலைப் பரப்பிடுவோம்!
பெருமணலின் படுக்கைதனை
சிறுமணலால் நிரப்பிடுவோம்!

சிறுமணல் குழியின் மீது
தொட்டிபோலக் கட்டிடுவோம்!
உருவான தொட்டி உள்ளே
மழை நீரை விட்டிடுவோம்!

மேற்சொன்ன முறையினிலே
மழை நீரைச் சேகரிப்போம்!
வறட்சி யான காலத்திலும்
வளமாக நீர் பெறுவோம்!

மழைநீரைச் சேகரித்தால்
நிலத்தடியின் நீர் உயரும்!
நிலத்தடியின் நீர் உயர்ந்தால்
நிலமகளும் மகிழ்வாளாம்!

41. வட்டக் குளத்திலே!

வட்டக் குளத்திலே வண்ணத்
 தாமரை பூத்திருக்கு! ஆமாம் பூத்திருக்கு!
கொட்டும் மழையையும் சேமிக்கத்
 தான் அது காத்திருக்கு! குளம் காத்திருக்கு!

ஆகாயத் தாமரை வானம்
 பார்த்துத்தானே பூத்திருக்கு! ஆமாம் பூத்திருக்கு!
கொக்கும் நாரையும் ஒற்றைக்
 காலிலே காத்திருக்கு! மீனுக்குக் காத்திருக்கு!

குவளை மலருமே குமிழை
 விரித்துத்தானே பூத்திருக்கு! ஆமாம் பூத்திருக்கு!
தவளைக் குஞ்சுமே குளத்துக்குள்ளே
 தானே குதிச்சிருக்கு! ஆமாம் குதிச்சிருக்கு!

அல்லி மலருமே இதழை
 விரித்துத்தானே பூத்திருக்கு! ஆமாம் பூத்திருக்கு!
துள்ளிக் குதித்திடும் கண்ணாடி
 மீனும்தானே காத்திருக்கு! உணவுக்குக் காத்திருக்கு!

நீரை வழங்கிடும் குளத்தினைத்தானே
 மனிதம் வீணாக்கிருக்கு! ஆமாம் வீணாக்கிருக்கு!
நாறும் கழிவுகளும் கொடும்நெகிழிக்
 குப்பைகளும் சேர்ந்திருக்கு! குளத்தில் சேர்ந்திருக்கு!

குளத்தைக் காப்பது நம் கடமை
 என்றுதானே புரிஞ்சிருக்கு! இன்று புரிஞ்சிருக்கு!
அழியும் குளங்களை அழகாய்க்
 காத்திடத்தானே வந்திருக்கு! நேரம் வந்திருக்கு!

(மார்ச் 2018, தும்பி சிறுவர் மாத இதழில் வெளியானது)

42. மாமா மாமா கம்ப்யூட்டர்!

மாமா மாமா கம்ப்யூட்டர்!
மடியில் வைக்கும் கம்ப்யூட்டர்!
ஆமா சொல்லும்* கம்ப்யூட்டர்!
ஆளை அசத்தும் கம்ப்யூட்டர்!

மின்னணு பொருட் களினால்
உருவான திந்த கம்ப்யூட்டர்!
மின்சாரத்தால் உயிர் பெற்று
உறவாடும் இந்த கம்ப்யூட்டர்!

படிக்க முடியா எழுத்துக்களால்
நிரலைக் கொண்ட கம்ப்யூட்டர்!
கடினம் நிறைந்த பணிகளையும்
கருத்தாய் செய்யும் கம்ப்யூட்டர்!

கண்ணை மூடித் திறப்பதற்குள்
கணக்கைத் தீர்க்கும் கம்ப்யூட்டர்!
விண்ணில் செயற்கைக் கோள்களுக்கு
செய்திகள் அனுப்பும் கம்ப்யூட்டர்!

தேனீ அளவில் உருக்கொண்டு
உளவு பார்க்கும் கம்ப்யூட்டர்!
வானில் மிதந்து சென்றபடி
புவியை அளக்கும் கம்ப்யூட்டர்!

புயலோ மழையோ வருமுன்னே
வானிலை கணிக்கும் கம்ப்யூட்டர்!
இயற்கைச் சீற்றம் வருமுன்னே
எச்சரிக்கை விடுக்கும் கம்ப்யூட்டர்!

(கம்ப்யூட்டர் = கணிப்பொறி, ★ ஆமா சொல்லும் = அலைபேசி)

இயற்கை மனிதன் போலவே
    நன்றாய் சிந்திக்கின்ற கம்ப்யூட்டர்!
செயற்கை மனிதன் உருக்கொண்டு
    நடமாடும் இயந்திர கம்ப்யூட்டர்!

மனிதன் நுழையா இடங்களிலும்
    நுழைந்து விட்ட கம்ப்யூட்டர்!
மனித னுடைய கண்டுபிடிப்பில்
    மகத்தானது இந்த கம்ப்யூட்டர்!

43. மேற்குத்தொடர்ச்சி மலை!

மேற்குத் தொடர்ச்சி மலை
எங்களின் சொர்க்க மலை!
காற்றைத் திருப்பி விட்டு
வான்மழை பொழியும் மலை!

மராட்டிய நிலத்தில் எழுந்து
தமிழ்நாட்டில் முடியும் மலை!
கேரளம் கர்நாடகம் வழியே
கோவாவரை படர்ந்த மலை!

வற்றாத நதிகள் பலவும்
உற்பத்தி ஆகும் மலை!
நீர்நிறை காவிரி பவானி
வைகையும் ஊறும் மலை!

தாமிர பரணி நொய்யலோடு
கபினியையும் தந்த மலை!
அமராவதி கிருஷ்ணா நதியோடு
கோதாவரியையும் தந்த மலை!

மலையின் இரு புறமும்
மகிழ்ச்சியை தந்த மலை!
மலை வாழ் மக்களுக்கு
உறைவிடம் ஆன மலை!

யானை புலி கரடிகளும்
உலவிடும் ஆனை மலை!
வானையும் குளிர வைக்கும்
குளுகுளு உதகை மலை!

வண்ணமயில் போலே பல
　　பறவைகள் பறக்கும் மலை!
சின்னஞ்சிறு தவளை முதல்
　　பல்லுயிர்கள் பெருக்கும் மலை!

தென்னக மக்கள் தள்ளும்
　　புகையினை உறிஞ்சும் மலை!
கண்டவன் காடழித் தாலும்
　　பசுமையைக் காக்கும் மலை!

எண்ணில் அடங்கா மரங்கள்
　　பசுஞ்சோலைகள் உள்ள மலை!
கணக்கிலா நோய்கள் தீர்க்கும்
　　மூலிகைகள் கொண்ட மலை!

ஏலக்காய் காப்பிக் கொட்டை
　　தேயிலை வளரும் மலை!
உலகமே போற்றி வணங்கும்
　　மேற்குத் தொடர்ச்சி மலை!

44. வாத்துக் கூட்டம்!

ஆத்துக்குள்ளே வாத்துக் கூட்டம்
ஆடிப் பாடிப் போகுது பார்!
காத்தடிக்கும் திசையை நோக்கி
அதன் குஞ்சுகளும் போகுது பார்!

அம்மாவைச் சூழ்ந்து கொண்டு
வாலை ஆட்டிப் போகுது பார்!
அம்பைப் போலே நீரைக்கிழித்து
ஆர்ப்பாட்டமாய்ப் போகுது பார்!

தட்டை வாயால் கத்திக்கொண்டு
தாவுகின்ற எழிலைப் பார்!
பட்டைக் காலால் தள்ளிக்கொண்டு
நீந்துகின்ற அழகைப் பார்!

முட்டையிட்டு குஞ்சு பொறிக்கும்
வண்ணச் சிறகு வாத்தைப் பார்!
எட்டும் தூரம் பறந்திடவே
குட்டிச்சிறகை விரித்திடும் பார்!

வெடிக்கும் சத்தம் கேட்டாலே
தலையை நீரில் கவிழ்த்திடும் பார்!
பிடிக்க நாமும் நினைத்தாலே
நீருக்குள்ளே மறைந்திடும் பார்!

நீரில் மிதக்கும் பாசிகளை
மென்று தின்னும் வாத்தைப் பார்!
நீர் நிலையைச் சுத்தமாக்கும்
வாத்தின் அறிவை வாழ்த்திப் பார்!

முட்டாள் வாத்து என்றுதான்
சொல்லுகின்ற மனிதரைப் பார்!
கெட்ட புத்தி மனிதர்களால்
நீர்நிலைகள் கெடுவதைப் பார்!

தட்டிக் கேட்க யாருமின்றி
நீரும் அழுது புலம்புது பார்!
பட்டுப் போன்ற வாத்தைப்போல்
நீரைச் சுத்தம் செய்பவர் யார்!

45. வானில் உதிக்கும் சூரியனே!

வானில் உதிக்கும் சூரியனே!
வண்ணம் நிறைந்த கதிரவனே!
காணா திருக்கும் அண்டத்தில்
காணும் நட்சத்திரம் நீதானே!

எட்டுக் கோள்களை சுற்றவைத்து
எட்டா தூரத்தில் இருப்பவனே!
கிட்டே யாரும் நெருங்காமல்
எரியும் நெருப்பை உமிழ்பவனே!

தேனி போல் இவ்வுலகத்தை
சுழல வைக்கும் அமுதோனே!
ஞானி போலே மேலிருந்து
கதிர்க்கரம் தருவதும் நீதானே!

உலகில் உள்ள உயிர்களுக்கு
ஒளியும் உணவும் தருபவனே!
பொழியும் நீரை ஆவியாக்கி
மழையாய் எமக்குத் தருபவனே!

செடிகள் கொடிகள் மரங்களுக்கு
ஒளியால் ஊட்டம் தருபவனே!
கடலில் உள்ள உயிர்களுக்கும்
கதிரால் ஏற்றம் தருபவனே!

உழைக்கும் ஏழை விவசாயிக்கு
அதிக விளைச்சல் தருபவனே!
அழைக்காமல் உதவி செய்கின்ற
அரிய குணத்தைக் கொண்டவனே!

தினமும் கடமையைச் செய்பவனே!
காலைச் சோம்பலை முறிப்பவனே!
உன்னைப் போலவே நானும்தான்
நல்லதைச் செய்வேன் சூரியனே!

46. வண்ண வண்ண பலூனு!

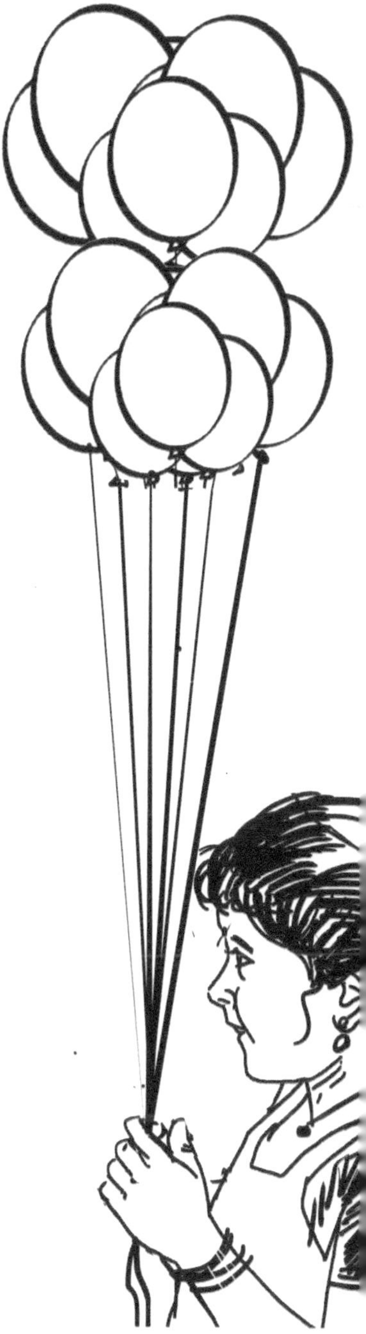

வண்ண வண்ண பலூனு!
வானில் மிதக்கும் பலூனு!
சின்னச் சின்ன பலூனு!
சிறுவர் விரும்பும் பலூனு!

காற்றில் விரியும் பலூனு!
கடையில் விற்கும் பலூனு!
ஆற்றில் மிதக்கும் பலூனு!
ஆரஞ்சு நிறத்து பலூனு!

சுருங்கி விரியும் பலூனு!
சுரைக்காய் வடிவ பலூனு!
நெருங்கி வரும் பலூனு!
நெளிந்து வளையும் பலூனு!

புத்தம் புதிய பலூனு!
புத்தாண்டில் வரும் பலூனு!
சத்தம் தரும் பலூனு!
சர சரக்கும் பலூனு!

ரப்பர் உடம்பு பலூனு!
ரசிக்க வைக்கும் பலூனு!
உப்பும் உடம்பு பலூனு!
டப்புனு வெடிக்கும் பலூனு!

ஆளைத் தூக்கும் பலூனு!
அழகாய் வழுக்கும் பலூனு!
நாளும் சிரிக்கும் பலூனு!
நாங்கள் விரும்பும் பலூனு!

47. வானொலி!

கடல் கடந்து கேட்கும் ஒலி!
காது இனிக்கக் கேட்கும் ஒலி!
எட்டுத் திக்கும் கேட்கும் ஒலி!
என்ன ஒலி? அதுதான் வானொலி!

மடல் சுமக்கும் பறவை போல
வளி மண்டலம் சுமக்கும் ஒலி!
மடை திறந்த வெள்ளம் போல
பேசித் திரியும் இந்த வானொலி!

பனி மலையோ பாலை வனமோ
அடர்வனமோ அண்டவெளியோ
தனி இடமோ பெருங்கடலடியோ
எவ்விடத்தும் கேட்கின்ற வானொலி!

நாடுவிட்டு நாடு தாண்டும் சிற்றலை!
நாட்டுக்குள்ளே உலாவிடும் மத்தியலை!
கூடுகட்டும் நகரினிலே பண்பலையென
வான் அலைகளில் உலவுகின்ற வானொலி!

மின்சாரமின்றி குரல் கொடுக்கும் வானொலி!
மின்கலனில் உயிர் நிறைக்கும் வானொலி!
வன்தொலைவிலும் குரல் கடத்தும் வானொலி!
மென்கீதங்களை காற்றில் ஒலிக்கும் வானொலி!

ஆபத்தெனில் உதவிக்கு வரும் வானொலி!
அண்டத்தையே கையில் அடக்கும் வானொலி!
கோபத்தினை குறைக்கும் இந்த வானொலி!
கதைகள் நூறு சொல்லும் இந்த வானொலி!

48. விலங்குகளிடம் வேண்டுதல்!

தத்தித் தாவும் குரங்கண்ணா!
மரத்தை விட்டு இறங்கண்ணா!
முத்தி இருக்கும் விதைகளையே
மண்ணைத் தோண்டி விதைத்திடண்ணா!

பானை வயிற்று கரடியண்ணா!
பாறையை விட்டு இறங்கண்ணா!
தேனை உறிஞ்சிக் குடித்திடவே
தேன்கூட்டை நீயும் அழிக்காதண்ணா!

சீறிப் பாயும் சிறுத்தையண்ணா!
சினத்தை நீயும் குறைத்திடண்ணா!
ஊறும் சுனையின் நீரைத்தான்
குடிக்கும் மானை விட்டிடண்ணா!

வேட்டைக்குப் போகும் புலியண்ணா!
வேகமாய் நீயும் வந்திடண்ணா!
காட்டை அழிக்கும் மனிதர்களை
விரட்டி நீயும் அடித்திடண்ணா!

நீண்ட தும்பிக்கை யானையண்ணா!
காட்டின் நம்பிக்கை நீயேயண்ணா!
உண்ட பழத்தின் விதைகளினால்
வேகமாய் வனத்தை வளர்த்திடண்ணா!

காட்டின் கர்ஜனை சிங்கண்ணா!
தூங்குவதை நீயும் நிறுத்தண்ணா!
காட்டின் அழிவைத் தடுத்திடுவே
கர்ஜனை நீயும் செய்திடண்ணா!

49. சுதந்திர தினம்!

வெள்ளைக்காரன் இந்தியாவை அடிமை கொண்டானே!
இந்தியாவின் செல்வங்களைத் திருடிச் சென்றானே!
கொள்ளையடித்து கொடூரமாய் ஆட்சி செய்தானே!
படுபாதகக் செயல்களையும் செய்து வந்தானே!

அடிமையாக இருந்த சனம் கொதித்தெழுந்ததே!
ஆங்கிலேயன் அடக்குமுறையை எதிர்த்து நின்றதே!
இடியைப்போல எதிர்த்து நின்று குரல் கொடுத்ததே!
விடுதலையின் வேள்வி மெல்ல வீறு கொண்டதே!

கட்டபொம்மு, திப்பு சுல்தான், வாஞ்சிநாதனுமே
தென்னாட்டில் புரட்சி தீபம் ஏற்றி வைத்தனரே!
சட்டமிட்டு தடுத்த போதும் முடியவில்லையே!
பின்னாளில் பெருந்தலைவர்கள் சேர்ந்து வந்தனரே!

காந்தி, நேரு, காமராசர் சிறைக்குச் சென்றனரே!
சிறைகண்டு மக்களெல்லாம் கொதித்து நின்றனரே!
இந்தியர்கள் உயிரைத் தந்து போராடி நின்றனரே!
விடுதலைதான் வேண்டுமென்று வீதிக்கு வந்தனரே!

இந்தியாவின் எழுச்சி கண்டு உலகம் வியந்ததே!
வெள்ளையரின் கூட்டமிங்கு மிரண்டு போனதே!
தந்துவிட்டோம் சுதந்திரத்தை என்று சொல்லியே
பிரிட்டனுமே நம் நாட்டைவிட்டு ஓடிப்போனதே!

ஆகஸ்டு பதினைந்தில் சுதந்திரம் கண்டோமே!
ஆனந்த மகிழ்ச்சியில் கூத்தாடி நின்றோமே!
சுகமான சுதந்திரத்தைப் பேணிக் காப்போமே!
சமதர்ம சமுதாயத்தைக் காத்து நிற்போமே!

50. ஜனவரி வருதாம்!

ஜனவரி வருதாம்!
ஜவ்வரிசி தருதாம்!
பிப்ரவரி வருதாம்!
பிஸ்கோத்து தருதாம்!

மார்ச்சு வருதாம்!
மாம்பழம் தருதாம்!
ஏப்ரல் வருதாம்!
எலந்தைப்பழம் தருதாம்!

ஜூன் வருதாம்!
ஜூஸைத் தருதாம்!
ஜூலை வருதாம்!
மாதுளை தருதாம்!

ஆகஸ்ட்டு வருதாம்!
ஆப்பிளைத் தருதாம்!
செப்டம்பர் வருதாம்!
செவ்வாழை தருதாம்!

அக்டோபர் வருதாம்!
அத்திப்பழம் தருதாம்!
நவம்பர் வருதாம்!
நாவல்பழம் தருதாம்!

டிசம்பர் வருதாம்!
டீயும் பன்னும் தருதாம்!
தருதாம் தருதாம்!
டிபனும் சாப்பிடத் தருதாம்!

51. வண்ணத் தமிழ் நாடிது!

சேர சோழ பாண்டியர்
மூவேந்தர் ஆண்ட நாடிது!
வீரமிகுக் காளைக் கூட்டம்
நிறைந்த தமிழ் நாடிது!

புலி வரினும் பயமறியா
பெண்கள் கொண்ட நாடிது!
வலிந்து வரும் புலியைக்கூட
முறத்தில் அடித்த நாடிது!

கடல் கடந்து போர்புரிந்த
மறவர் நிறைந்த நாடிது!
மடல் வரைந்து நட்புக்கொண்ட
மக்கள் நிறைந்த நாடிது!

கருங் கல்லால் கோவில்களை
குடைந்து வைத்த நாடிது!
சிருங்கார சிலைகளை அதில்
வடித்து வைத்த நாடிது!

பண்பாடு உறவு தன்னில்
மிகப்பழமை மிக்க நாடிது!
எந்நாடும் போற்று கின்ற
எழில்கள் மிக்க நாடிது!

சுற்றுலாப் பயணி களுக்கு
சுவை உணவுதரும் நாடிது!
பெற்றவர் போல் பாதுகாத்து
பெருமைப் படுத்தும் நாடிது!

வெளி நாட்டுப் பயணிகளை
அன்போடு அழைக்கும் நாடிது!
உள்நாட்டு வரலாறு தனை
உயிர்ப்போடு சொல்லும் நாடிது!

மந்தாரை முகம் கொண்டு
வரவேற்கும் அன்பு நாடிது!
வந்தாரை வாழ வைக்கும்
வண்ணத் தமிழ் நாடிது!

52. மழையைக் கண்ட விதைகள்!

வசந்த காலம் வந்துவிட்டால்
விதைக்குள் உயிரும் வருகுது!
பொச பொசவென மழையுமே
பூந்தூறல் போல விழுகுது!

மழையைக் கண்ட விதைகள்
எல்லாம் செடிகளாக எழுகுது!
எழுந்த செடிகள் வளர்ந்தபின்பு
உடலில் மொட்டை அவிழ்க்குது!

சூரியனைக் கண்ட பின்பு
மொட்டும் மெல்ல வளருது!
கார்பனைத் தின்று விட்டு
பூவாய் மாறிச் சிரிக்குது!

சிரிக்கும் பூவைத் தேடியே
வண்ண வண்டு வருகுது!
உறிஞ்சும் குழலை நீட்டியே
பூந்தேனை வண்டு பருகுது!

தேனைப் பருகும் வேளையில்
மகரந்தம் உடலில் ஒட்டுது!
தோணும் பூவில் மாறும்போது
மகரந்தச் சேர்க்கை நடக்குது!

சேர்க்கை வேலை முடிந்ததும்
பூவும் பிஞ்சாய் மாறுது!
பார்க்கும் கால ஓட்டத்தில்
பிஞ்சும் காயாய்த் தேறுது!

காய்த்த வேலை முடிந்ததும்
கனியாய் அதுவும் மாறுது!
வாயில் இனிக்கும் கனிகளே
பல்லுயிரின் பசியைப் போக்குது!

மீதமான கனியில் இருந்து
விதைகள் நமக்குக் கிடைக்குது!
புதிதாய் வந்த விதைகள்தான்
பல தலைமுறைகளை விதைக்குது!

53. மருதாணி!

மருதாணி மருதாணி!
　　பறிச்சி வச்ச மருதாணி!
மருதாணி மருதாணி!
　　அரைச்சி வச்ச மருதாணி!

அரைத்திடும் அம்மியிலே
　　பசை யாகும் மருதாணி!
விரலெல்லாம் சிவப்பாக
　　மாற்றி விடும் மருதாணி!

திருமண விழாவினில்
　　வைக்கப் படும் மருதாணி!
உறவுகள் எல்லோரும்
　　வைத்துக் கொள்ளும் மருதாணி!

கையெல்லாம் காலெல்லாம்
　　ஓவிய மாக்கும் மருதாணி!
பொய்க்காமல் சிவந்துவிடும்
　　புதிதாய் வைத்த மருதாணி!

அழகினைத் தந்திடும்
　　இளஞ் சிவப்பு மருதாணி!
குளிர்ச்சியான கண்களுக்கு
　　குளித்து தேய்க்க மருதாணி!

தீபாவளி பொங்கலெனில்
　　தெரு நிறைய மருதாணி!
பாப்பாவின் கையில்கூட
　　உருவம் ஆகும் மருதாணி!

54. ஆலமரம்!

ஆலமரம் நல்ல ஆலமரம்!
பறவைக்கு ஆலயம் ஆலமரம்!
வேளைவரும் நல்ல வேளைவரும்!
வெயிலுக்கு நிழலாகும் வேளைவரும்!

விழுதுவிடும் நல்லா விழுதுவிடும்!
தாய்மரம் காக்கவே விழுதுவிடும்!
உழுதுவிடும் நல்லா உழுதுவிடும்!
வேர்கொண்டு பூமியை உழுதுவிடும்!

ஊஞ்சலாடும் நல்லா ஊஞ்சலாடும்!
குழந்தைகள் விழுதிலே ஊஞ்சலாடும்!
பேஞ்சிவிடும் நல்லா பேஞ்சிவிடும்!
வான்மழை இதுக்காக பேஞ்சிவிடும்!

பாலைத்தரும் நல்லா பாலைத்தரும்!
நோய்தீர்க்கவே ஆலம் பாலைத்தரும்!
தோலைத்தரும் நல்லா தோலைத்தரும்!
வாய்நோய் போக்கிடத் தோலைத்தரும்!

பழங்கள்தரும் நல்லா பழங்கள்தரும்!
உடல்சத்து பெருகிடப் பழங்கள்தரும்!
அழுதுவிடும் நல்லா அழுதுவிடும்!
அடியோடு சாய்ந்திட்டால் அழுதுவிடும்!

55. தெய்வம் அப்பாதான்டா!

பெத்த தெய்வம் அம்மா என்றால்
தாங்கும் தெய்வம் அப்பா தான்டா!
சொத்து நமக்கு பிள்ளைகள் என்று
நினைக்கும் தெய்வம் அப்பா தான்டா!

தோளில் தூக்கி ஊரு முழுக்க
சுற்றும் தெய்வம் அப்பா தான்டா!
ஆளாய் வளர வேண்டும் என்று
விரும்பும் தெய்வம் அப்பா தான்டா!

உடல் நிலை நமக்கு மோசமெனில்
உருகும் தெய்வம் அப்பா தான்டா!
உடனே மருத்துவரைக் கூட்டி வந்து
பார்க்கும் தெய்வம் அப்பா தான்டா!

நடை வண்டி வாங்கித் தந்து
மகிழும் தெய்வம் அப்பா தான்டா!
நடை உடை பாவனை பார்த்து
ரசிக்கும் தெய்வம் அப்பா தான்டா!

பள்ளியிலே சேர்த்து விட்டு படிக்க
வைக்கும் தெய்வம் அப்பா தான்டா!
தோல்வி யொன்று வந்து விட்டால்
தேற்றும் தெய்வம் அப்பா தான்டா!

கலைகள் எல்லாம் கற்றுத் தந்து
களிக்கும் தெய்வம் அப்பா தான்டா!
பிழைகள் நிறைய செய்த போதும்
திருத்தும் தெய்வம் அப்பா தான்டா!

துன்பம் என்று கண்ணீர் விட்டால்
துடைக்கும் தெய்வம் அப்பா தான்டா!
சண்டை யென்று மாட்டிக் கொண்டால்
காக்கும் தெய்வம் அப்பா தான்டா!

வலிமை காட்டி வெற்றி பெற்றால்
வாழ்த்தும் தெய்வம் அப்பா தான்டா!
தோல்வி கண்டு வந்து விட்டால்
தேற்றும் தெய்வம் அப்பா தான்டா!

உணவும் உடையும் கிடைப் பதற்கு
உழைக்கும் தெய்வம் அப்பா தான்டா!
கனவை எல்லாம் தொலைத்து விட்டு
நடமாடும் தெய்வம் அப்பா தான்டா!

சொகுசாய் நாமும் வாழ்ந் திடவே
உடையும் தெய்வம் அப்பா தான்டா!
அகிலத்தில் தேடிப் பார்த்தாலும்
கிடைக்காத தெய்வம் அப்பா தான்டா!

56. டமுக்கு டப்பா டோய்!

டங்கன்பட்டி டமாரம்பட்டி
டமுக்கு டப்பா டோய்!
தங்கம்பட்டி தாதகாப்பட்டி
தமுக்கு டப்பா டோய்!

சிங்கம்பட்டி சீலியம்பட்டி
சிமுக்கு டப்பா டோய்!
சுங்கம்பட்டி சுரக்காப்பட்டி
சுமுக்கு டப்பா டோய்!

சிலுக்குப்பட்டி சின்னாளப்பட்டி
சிலுக்கு டப்பா டோய்!
வழுக்குப்பட்டி வாழைப்பட்டி
வழுக்கு டப்பா டோய்!

முருக்கம்பட்டி முண்டாசுப்பட்டி
முணுக்கு டப்பா டோய்!
குறுக்கம்பட்டி குண்டாம்பட்டி
குணுக்கு டப்பா டோய்!

கணக்கம்பட்டி காந்திப்பட்டி
கமுக்கு டப்பா டோய்!
வணக்கம்பட்டி வாடிப்பட்டி
வேலையைப் பாரு டோய்!

57. எலிக்கும் பூனைக்கும் சண்டை!

எலிக்கும் பூனைக்கும் சண்டை!
வீங்கித்தான் போச்சாம் மண்டை!
புலிக்கும் சிறுத்தைக்கும் சண்டை!
பார்த்து சிரிச்சிச்சாம் கெண்டை!

சட்டியில் காணோம் நண்டை!
குழம்புக்கு அடிதடி சண்டை!
பட்டாசில் வச்சாச்சு குண்டை!
வெடிச்ச இடத்தில் சண்டை!

சோறுக்குள் விழுந்த வண்டை
தேடி எடுத்ததால் சண்டை!
கேரள மேளமாம் செண்டை!
வாசிக்க போனதால் சண்டை!

அண்ணன் முடிஞ்சிட்டான் சிண்டை!
அக்காக்கும் தங்கைக்கும் சண்டை!
கண்ணம்மா பாட்டியின் தண்டை!
கடையிலே விற்றதால் சண்டை!

பறக்கும் மயிலுக்குக் கொண்டை!
பாய்ந்து பிடித்ததால் சண்டை!
இருமினால் கட்டிடும் தொண்டை!
கிருமியை விரட்டினால் சண்டை!

58. ஒண்ணும் ஒண்ணும் ரெண்டுதான்!

ஒண்ணும் ஒண்ணும் ரெண்டுதான்!
ஓடித் திரியுதாம் நண்டுங்கதான்!
ஒண்ணும் ரெண்டும் மூனுதான்!
கொல்லி மலையின் தேனுதான்!

ஒண்ணும் மூனும் நாலுதான்!
நாயி ஆட்டும் வாலுதான்!
ஒண்ணும் நாலும் அஞ்சுதான்!
கோழி பொறிக்கும் குஞ்சுதான்!

ஒண்ணும் அஞ்சும் ஆறுதான்!
ஆத்தூர் எங்க ஊருதான்!
ஒண்ணும் ஆறும் ஏழுதான்!
பசு கொடுக்கும் பாலுதான்!

ஒண்ணும் ஏழும் எட்டுதான்!
காஞ்சி புரத்துப் பட்டுதான்!
ஒண்ணும் எட்டும் ஒன்பதுதான்!
வடையும் கறியும் தின்பதுதான்!

ஒண்ணும் ஒன்பதும் பத்துதான்!
அம்மா சிரிச்சா முத்துதான்!
சொன்ன பேச்சைக் கேக்கலன்னா
எனக்கு விழும் மொத்துதான்!

59. தாத்தா ஊருக்குப் போகலாம்!

தாத்தா ஊருக்குப் போகலாம்!
தாத்தா பாட்டியைப் பார்க்கலாம்!
தாத்தா பாட்டியின் அன்பினிலே
சக்கரைப் பாகாய் கரையலாம்!

தாத்தா வீட்டுக் கிணற்றிலே
நீச்சல் அடித்துப் பழகலாம்!
காத்தாடி செய்து கொண்டு
காற்றைத் தேடி ஓடலாம்!

பாட்டி வளர்க்கும் ஆட்டுக்கு
புல்லை அள்ளிப் போடலாம்!
பூட்டி வளர்க்கும் மாட்டுக்கு
புண்ணாக்கை அள்ளிப் போடலாம்!

வேட்டி கட்டும் தாத்தாவிடம்
நுங்கு வாங்கித் தின்னலாம்!
பாட்டி செய்த பலகாரத்தைப்
பங்கு போட்டுத் தின்னலாம்!

தாத்தா சொல்லும் கதையினிலே
ராஜா ராணியைப் பார்க்கலாம்!
காத்திருக்கும் பாட்டி மடியில்
தலையைச் சாய்த்துத் தூங்கலாம்!

ஓடி ஓடி உழைத்துக் களைத்த
தாத்தா பாட்டியோடு வாழலாம்!
தேடிவந்து என்னைக் காக்கும்
எங்க தெய்வங்களோடு வாழலாம்!

60. குதிரை பார்! குதிரை பார்!

குதிரை பார்! குதிரை பார்!
குதித்து ஓடும் குதிரை பார்!
மதிலைக்கூட தாண்டிச் செல்லும்
சேர நாட்டுக் குதிரை பார்!

குதிரை பார்! குதிரை பார்!
புல்லைத் தின்னும் குதிரை பார்!
புதுக்கோட்டை தாண்டிச் செல்லும்
சோழ நாட்டுக் குதிரை பார்!

குதிரை பார்! குதிரை பார்!
கொள்ளைத் தின்னும் குதிரை பார்!
மதுரை நகர் தாண்டிச் செல்லும்
பாண்டி நாட்டுக் குதிரை பார்!

குதிரை பார்! குதிரை பார்!
கால்கள் நீண்ட குதிரை பார்!
ஆதிச்சநல்லூர் தாண்டிச் செல்லும்
ஆற்றல் நிறைந்த குதிரை பார்!

குதிரை பார்! குதிரை பார்!
வண்டியில் ஓடும் குதிரை பார்!
வத்தலக்குண்டைச் தாண்டிச் செல்லும்
வலிமை மிக்க குதிரை பார்!

குதிரை பார்! குதிரை பார்!
பிடரி உள்ள குதிரை பார்!
மதியும் அழகும் ஒருங்கே அமைந்த
மனிதனின் நண்பன் குதிரை பார்!

அ. நறுங்குறள் நாற்பது

1. தாய்

1. நாடியாக் கைகண் படாவியும் தொப்புள்
கொடியில் சுமப்பதுன் தாய்

2. நீரூண் வெளிப்போந் துடல்குடல் நையினும்
நீர்க்குடம் காப்பவள் தாய்

3. மெய்யுறக் கம்மறந் தூண்நோ வடக்கியே
மெய்கீறி சேயெடுப்பாள் தாய்

4. சேயுயிர் சேமுறச் செந்நீரைப் பாலாக்கித்
தூயதாய்த் தந்தவள் தாய்

2. தந்தை

5. அவரின்றி ஓரணுவும் இல்லையே என்னுள்
பவமாய் இருக்கும் பிதா

6. மண்ணில் பிறந்து நடைபயி லும்வரை
தண்தோள் சுமப்பார் பிதா

7. வாழ்நாளில் தோல்வி தவிர்த்திடும் எந்தை
குழந்தை யிடம்வீழ் வரே

8. மாதமீ ரைந்தூண் தருவது தாய்தான்
பிதாவுக்கோ வாழ்நாள் கடை

3. ஆசிரியர்

9. ஊர்க்கு ருவிகளைக் கார்பருந் தாக்கிடும்
நேர்த்திறம் கொண்டஆ சான்

10. இருக்குமி டத்திருந்து ஏற்றிவிடு மேணியாமத்
திர்மேனி பள்ளியா சான்

11. மூடனே யானாலும் சீடனாக்கி கல்லறிவு
ஊட்டிடும் உத்தமரா சான்

12. நதிமீன் கடலேகும் அஃதேமா ணாக்கர்
மதிக்கட லாசானே கும்

4. நட்பு

13. செந்நீர் தொடர்பிலை எந்நீர் துடைப்பதில்
முந்நீர் குணமுடை நட்பு

14. இன்பத் திலையெனின் துன்பிய லில்தோளாய்
நின்றதே நட்பெனச் சொல்

15. நல்லதை நின்றேதீம் பையன்றே தட்டியும்
நல்வழி காண்பது நட்பு

16. பசியென வந்தால் சுவைபகிர் அன்னம்
புசித்திட வைப்பது நட்பு

5. அம்பேத்கர்

17. ஏடெடுத்தால் மட்டுமே ஏழைகள் நோவாழ்க்கை
மேடேகு மென்றம்பேத் கர்

18. நோவுசாதி தீண்டாமை வன்கொடு மைக்கெதிராய்
சாவுமணி யாமம்பேத் கர்

19. சாதியால் வெட்டாள எண்ணியோரைச் சட்டமிட்ட
நீதிமான் அண்ணலம்பேத் கர்

20. நாட்டில் மனுநீ தியொழித் துசமநீதி
தீட்டிட்ட பீமம்பேத் கர்

6. காமராசர்

21. ஏழைக் கெழுத்தறி வித்தமிழ்த் தாய்நாட்டு
ஏழைக்கா மாட்சி விளக்கு

22. குலக்கல்வி நீக்கி கொடும்பசிபோக் கித்தமிழ்
வாழ்வுற வைத்தகாம ராசு

23. ஆகட்டும் பார்க்கலா மென்றே தமிழ்நாட்டை
வேகமாய்முன் னேற்றிய ராசு

24. தமிழ்நாட் டினைமின் தொழிற்போக் வரத்தணை
பொற்கால மாக்கிய ராசு

7. அப்துல் கலாம்

25. எக்காள வல்லானை பொக்ரா னிலணுகொண்டு
உக்கார வைத்தெம் கலாம்

26. தென்குமரி வெண்இமய மன்பாட் சிபுரிந்த
மென்குடிவிஞ் ஞானி கலாம்

27. ஏவுகணை நாயகரே இந்தியத் தாய்ப்படைக்
காவலரே யெங்கள் கலாம்

28. பணியாத பாரதத்தை யேற்படுத் தக்கலாம்
பாணியக் னிச்சிறகை நாடு

8. சுற்றுச்சூழல்

29. ஊறுமது நாறுபுகை மக்கட்க் கெளிதில்
இறப்பை அளிக்கும் அறி

30. வனத்தை அழித்து தனம்தனை சேர்க்கும்
இனமே அழியும் இரு

31. ஓங்கு மரஞ்செடி பைங்கொடி சோலைகளும்
தாங்குல கின்நீர்க் கொடை

32. புல்பூண் டுவிலங் குமனிதரிம் மண்ணில்
நிலைக்கா நெகிழிப் பயன்

9. சுற்றம்

33. வாய்நோகாச் சொல்லுரைப் பர்செயல் வந்திடின்
போய்மறை வர்திசைக் கொன்று

34. நெஞ்சினிக்கப் பேசிடும் மக்கள் வினையெனில்
நஞ்சினிக்க வைப்பர் நவை

35. வாயிற் வடைசுடும் வஞ்சகர் மேதினியில்
நாய்போல் திரிவர் தெளி

36. எவரும் இருக்கையில் சீயெனத் தள்வோர்
அவருமி லையெனில் பார்

10. வேளாண்மை

37. உழவோர்க் கிணையாக மண்ணைப் பெயர்க்கும்
புழுவினுக் கீடிணை ஏது

38. தேனீயும் தேரையும் பாம்பும் உழவுக்
அணிசெய் யுயிருள் தலை

39. சேத்தினில் பத்துக்கால் மண்ணுழ நெல்மணி
முத்துக் கிடைக்கும் முயல்

40. மேழியுழும் மாநிலத்தை மேன்மாடம் ஆக்கின்
குழியரிசி மிஞ்சாது கேள்

ஆ- நறுங்குறள்களுக்கான பொருளும் விளக்கவுரையும்!

1. தாய்

நறுங்குறள் – 1

பொருள்:

நாடி = நரம்பு, குருதிக்குழாய்

யாக்கை = உடல்

கண் படா = கண்ணிற்கு புலப்படாத

ஆவி = மூச்சுக்காற்று

விளக்கம்:

நரம்பும் சதையுமான உடலையும், கண்ணிற்கு புலப்படாத மூச்சுக்காற்றையும் உனக்களித்து தொப்புள் கொடியில் சுமப்பவள் உன் அன்னை.

நறுங்குறள் – 2

பொருள்:

ஊண் = உணவு

நீரூண் = நீரும் உணவும்

வெளிப்போந்து = வெளியே வந்து

நையினும் = தளர்ந்து போனாலும்

நீர்க்குடம் = பனிக்குடம்

விளக்கம்:

தான் உண்ட நீரும் உணவும் ஒவ்வாமை காரணமாய் வெளியேறி, அதனால் உடலும், குடலும் தளர்ந்து போனாலும், தன் குழந்தை இருக்கும் பனிக்குடத்தைப் பாதுகாப்பவள் தாய்.

நறுங்குறள் – 3

பொருள்:

மெய் = உடல்

ஊண் = உணவு

நோ = துன்பம், வலி

மெய்கீறி = உடல் கிழித்து

விளக்கம்:

உடல் உறக்கம் மறந்து, உணவு மறந்து, உடல் வலியை அடக்கி, உடலைக் கிழித்து, குழந்தையைப் பெற்றெடுப்பவள் தாய்.

நறுங்குறள் – 4

பொருள்:

சேயுயிர் = குழந்தையின் உயிர்

சேமுற = சேமமுற, நலமுடன் வாழ்ந்திட

செந்நீரை = ரத்தத்தை

விளக்கம்:

குழந்தையின் உயிர் நலமுடன் வாழ்ந்திட தனது ரத்தத்தைப் பாலாக்கி தூய்மையோடு தந்தவள் அன்னை.

2. தந்தை

நறுங்குறள் – 5

பொருள்:

என்னுள் = எனக்குள்

பவம் = உலகம்

விளக்கம்:

என் தந்தையின்றி என்னுள் ஓரணுவும் இல்லை. அவரின் உயிரணுவால்தான் என் உலகம் இயங்குகிறது.

நறுங்குறள் – 6

பொருள்:

தண் = குளிர்ச்சி, அருள்

விளக்கம்:

மண்ணிலே பிறந்தது முதல் நடைபயிலும் வரை தனது தோள் மீது சுமப்பார் தந்தை.

நறுங்குறள் – 7

பொருள்:

மாதமீரைந்து = மாதம் இரண்டு ஐந்து

ஊண் = உணவு

பிதா = தந்தை

கடை = இறுதி, கடைசி வரை

விளக்கம்:

பத்து மாதம் வயிற்றிலிருக்கும்போது உணவு தருவது தாய்தான். ஆனால் தந்தைக்கோ, உணவளிப்பதென்பது அவரின் கடைசிநாள் வரை கடமை.

நறுங்குறள் – 8

பொருள்:

எந்தை = எனது தந்தை

வீழ்வரே = தோல்வி அடைபவர்

விளக்கம்:

வாழ்நாளில் எங்கும் எதற்கும் தோல்வியைத் தவிர்த்திடும் எனது தந்தை, நான் வெல்ல வேண்டும் என்பதற்காக, என்னிடம் மகிழ்வோடு தோல்வி அடைவார்.

3. ஆசான்

நறுங்குறள் – 9

பொருள்:

குருவி = குருவி, குழந்தை
கார் = மேகம்
நேர் = நேர்த்தி

விளக்கம்:

உயர உயரப் பறந்தாலும் ஊர்க்குருவிகள் பருந்துகளாக முடியாது என்பது நியதி. ஆனால் குருவி நிகர் குழந்தைகளை மேகம் தாண்டி பறக்கும் பருந்துகளாக்கும் நேர்த்தியான திறமை கொண்டவர்கள் ஆசிரியர்கள்.

நறுங்குறள் – 10

பொருள்:

இடத்திருந்து = இடத்தில் இருந்து
திர்மேனி = திருமேனி என்பதன் திரிபு, அழகிய உருவம்
ஆசான் = ஆசிரியர்

விளக்கம்:

இருக்கும் இடத்தில் இருந்து கொண்டு எல்லோரையும் ஏற்றிவிடும் ஏணியாய் இருக்கும் திருமேனியார் பள்ளி ஆசிரியரே.

நறுங்குறள் – 11

பொருள்

மூடன் = முட்டாள்
கல்லறிவு = கல்வியறிவு
உத்தமர் = நல்லவர்

விளக்கம்:

அவன் முட்டாளே ஆனாலும், அவனைத் தனது மாணவனாக்கி, அவனுக்கு கல்வியறிவினை ஊட்டிடும் நல்லவரே ஆசிரியர்.

நறுங்குறள் – 12

பொருள்:

கடலேகும் = கடலில் சேரும்

அஃதே = அதுவே

மாணக்கர் = மாணவர்கள்

மதி = அறிவு

விளக்கம்:

நதியில் உருவாகும் மீன்கள் கடலுக்குச் சென்று சேரும். அதுவே மாணவர் குழாம் எனில் அறிவுக்கடலான ஆசிரியரிடம் சென்று சேரும்.

3. நட்பு

நறுங்குறள் – 13

பொருள்:

செந்நீர் = ரத்தம்

எந்நீர் = என் கண்ணீர்

முந்நீர் = கடல்

குணமுடை = குணம் கொண்ட

விளக்கம்:

நம்மிடையே ரத்த பந்தமில்லை. இருப்பினும் என்னுடைய கண்ணீரைத் துடைப்பதில் கடல்போன்ற குணமுடையது நட்பு.

நறுங்குறள் – 14

பொருள்:

இலையெனின் = இல்லை என்றாலும்

துன்பியலில் = துயரத்தில்

தோளாய் = தோள் கொடுத்து

விளக்கம்:

இன்பமான நிகழ்வுகளில் உடன் இல்லை என்றாலும், துன்பம் வருகையில் தோள் கொடுத்து நிற்பவரை நண்பரெனச் சொல்.

நறுங்குறள் – 15

பொருள்

நின்றே = பொறுமையாக

தீம்பை = தீய செயலை

அன்றே = உடனே

தட்டியும் = தட்டிக்கொடுத்தல், தட்டிக்கேட்டல் (சிலேடை)

விளக்கம்:

நல்லதைச் செய்தால் பொறுமையாக தட்டிக்கொடுத்தும், தீயதைச் செய்தால் உடனே தட்டிக்கேட்டும் நல்லதொரு வழியைக் காட்டுவது நட்பாகும்.

நறுங்குறள் – 16

பொருள்:

பகிர் = பகிர்ந்து

அன்னம் = உணவு

புசித்திட = சாப்பிட

விளக்கம்:

பசியோடு வரும் நண்பனுக்கு, தன்னிடமிருக்கும் உணவை பகிர்ந்து உண்ண வைப்பது நட்பு.

5. அம்பேத்கர்

நறுங்குறள் – 17

பொருள்:

ஏடு = கல்வி ஏடு
நோ = துன்பம்
மேடேகும் = மேட்டில் ஏறும்

விளக்கம்:

கல்வியெனும் ஏடெடுத்துப் படித்தால் மட்டுமே ஏழைகளின் துன்ப வாழ்க்கை ஒழிந்து, மேட்டில் ஏறும் என்றார் அம்பேத்கர்.

நறுங்குறள் – 18

பொருள்:

நோவு = நோய்
வன்கொடுமை = மனிதனை மனிதனே கொடுமைப்படுத்துவது

விளக்கம்:

தீராத நோய் போன்ற சாதிக்கொடுமை, தீண்டாமைக் கொடுமை, மனிதனை மனிதனே கொடுமைப்படுத்துதல் போன்றவற்றிற்கு எல்லாம் சாவு மணியாக இருந்தவர் அண்ணல் அம்பேத்கர்.

நறுங்குறள் – 19

பொருள்:

வெட்டாள = வெட்டி ஆள
சட்டமிட்ட = சட்டம் இயற்றித் தடுத்த

விளக்கம்:

சாதியின் பெயரைச் சொல்லி மக்களை வேறுபடுத்தி ஆள நினைத்தவர்களைச் சட்டம் இயற்றி தடுத்த நீதிமான் அண்ணல் அம்பேத்கர்.

நறுங்குறள் – 20

பொருள்:

மனுநீதி = மனு தரும சாத்திர முறைப்படியான சாதிக்கொரு சட்டம்

சமநீதி = எல்லோருக்கும் ஒரே சட்டம்

பீமம்பேத்கர் = பீம் ராவ் அம்பேத்கர்

விளக்கம்:

நம் நாட்டில் நிலவிவந்த மனுதரும சாத்திர முறைப்படியான சாதிக்கொரு சட்டங்களை ஒழித்து, எல்லோருக்கும் ஒரே சட்டத்தை இயற்றியவர் பீம்ராவ் அம்பேத்கர்.

6. காமராசர்

நறுங்குறள் – 21

பொருள்:

எழுத்தறிவித்த = கல்வி கற்பித்த

காமாட்சி = காமராசர் (இயற்பெயர்)

விளக்கம்:

ஏழைகளுக்கு எட்டாக்கனியாக இருந்த கல்விதனைக் கற்பித்த எங்களின் தமிழ்த்தாய் நாட்டின் கல்வி விளக்கு காமராசர்.

நறுங்குறள் – 22

பொருள்:

குலக்கல்வி = தந்தை வேலையை மகனும் செய்யும் முறைக் கல்வி

தமிழ் = தமிழ்நாடு

காமராசு = காமராசர்

விளக்கம்:

தந்தை எந்த வேலை செய்கிறாரோ அதே வேலையை அவரது மகனும் பார்க்கும் முறையோடு கூடிய குலக்கல்வி முறையை ஒழித்து, மதிய உணவுத்திட்டத்தின் மூலம் கொடும் பசியை அழித்து, தமிழ்நாட்டை வாழ வைத்தவர் காமராசர்.

நறுங்குறள் – 23

பொருள்:

ஆகட்டும் = நடக்கட்டும்

ராசு = காமராசர்

விளக்கம்:

எதை சொன்னாலும் நடக்கட்டும் பார்க்கலாம் என்று சொல்லிக்கொண்டே, தமிழ்நாட்டை வேகமாய் முன்னேற்றிக் காட்டியவர் காமராசர்.

நறுங்குறள் – 24

பொருள்:

மின் = மின்சார வசதி

தொழில் = தொழிற்சாலை வசதி

அணை = நீர் தேக்க அணைகள்

ராசு = காமராசர்

விளக்கம்:

தமிழ்நாட்டில் மின்சார வசதி, தொழிற்சாலை வசதி, சாலை போக்குவரத்து வசதி, நீர் தேக்க அணைகள் என அனைத்தும் ஏற்படுத்தி, பொற்கால ஆட்சி தந்தவர் ஐயா காமராசர்.

7. அப்துல் கலாம்

நறுங்குறள் – 25

பொருள்:

எக்காள = ஆணவத்தில் ஆடுவது

வல்லானை = வல்லரசினை

அணு = அணுகுண்டு

எம் = எங்கள்

விளக்கம்:

அணுகுண்டு வைத்திருக்கும் நாடுகள் என ஆணவத்தில் ஆடிய பல வல்லரசு நாடுகளை, பொக்ரானில் அணுகுண்டு சோதனை நடத்தி, அவர்களை உட்காரவைத்த எங்கள் அப்துல் கலாம்.

நறுங்குறள் – 26

பொருள்:

தென்குமரி = கன்னியாகுமரி

வெண் இமயம் = வெண்பனி போர்த்திய இமயமலை

மென் = மென்மையான

குடி = குடியரசுத்தலைவர்

விளக்கம்:

தெற்கில் கன்னியாகுமரி முதல் வெண்பனி போர்த்திய இமயமலை வரை அன்பால் ஆட்சி செய்த, மென்மையான குடியரசுத்தலைவர், விஞ்ஞானி அப்துல் கலாம்.

நறுங்குறள் – 27

பொருள்:

தாய்ப்படை = தாய்நாட்டின் முப்படை

காவலர் = குடியரசுத் தலைவர் (முப்படைத் தலைவர்)

விளக்கம்:

ஏவுகணையின் நாயகராக, இந்தியத் தாய்நாட்டின் முப்படைக் காவலரான குடியரசுத்தலைவராக இருந்தவர் எங்களின் கலாம்.

நறுங்குறள் – 28

பொருள்:

பணியாத = எதற்கும் அடிபணியாத
பாரதம் = இந்தியா
ஏற்படுத்த = உருவாக்கிட
பாணிய = சொல்லிய (பாணி = சொல்)
நாடு = நாடிச் செல்.

விளக்கம்:

எதற்கும் அடிபணியாத, வல்லரசு இந்தியாவை உருவாக்கிட கலாம் சொல்லிய அக்கினிச்சிறகை நாடிச்செல்.

8. சுற்றுச்சூழல்

நறுங்குறள் – 29

பொருள்:

ஊறு = கேடு, துன்பம்
புகை = புகைப்பழக்கம்
மக்கள் = பயன்படுத்துவோர்

விளக்கம்:

கேடுவிளைவிக்கும் மதுவினையும், நாற்றமுடைய புகையினையும் பயன்படுத்துவோருக்கு எளிதில் மரணம் வந்து சேரும் என்பதை அறிக.

நறுங்குறள் – 30

பொருள்:

வனம் = காடு
தனம் = பணம், பொருள்
இனம் = மக்கள்

விளக்கம்:

இருக்கும் காடுகளை அழித்து பணம் பொருள் சேர்க்கும் மக்கள் கூட்டம் விரைவில் அழிந்துவிடும்.

நறுங்குறள் – 31

பொருள்:

ஓங்கு = ஓங்கி வளர்ந்த

பைங்கொடி = பசுமையான கொடி,

தாங்குலகு = தாங்கும் உலகம்

நீர் = மழை நீர்

கொடை = வள்ளல் தன்மை

விளக்கம்:

ஓங்கி வளர்ந்த மரங்களும், செடிகளும் பசுமையான கொடிகளும், சோலைகளும் நமைத் தாங்கும் உலகிற்கு மழைநீர் தரும் வள்ளல்களாம்.

நறுங்குறள் – 32

பொருள்:

புல் = புல் வகைகள்

பூண்டு = செடி, கொடி வகைகள்

நிலைக்கா = நிலைக்காது

விளக்கம்:

நெகிழியைப் பயன்படுத்தினால் புல், பூண்டு, விலங்கு, மனிதர் என எதுவும் இந்த மண்ணில் நிலைக்காது, அழிந்துபோய்விடும்.

9. சுற்றம்

நறுங்குறள் – 33

பொருள்:

வாய்நோகா = வாய் வலிக்காமல்

சொல்லுரை = ஆலோசனை

விளக்கம்:

நம்மைச் சுற்றி இருப்பவர்கள், நம்மிடம் வாய் வலிக்காமல் ஆலோசனைகள் சொல்வார்கள். பிரச்சினை என்று வந்துவிட்டால் திசைக்கொரு பக்கம் மறைந்து கொள்வார்கள்.

நறுங்குறள் – 34

பொருள்:

நெஞ்சினிக்க = உள்ளம் இனிக்க

மக்கள் = நம்மைச் சுற்றி இருப்பவர்

வினையெனில் = பிரச்சினைக்குரிய செயல்

நஞ்சு = விடம், நவை = குற்றம்

விளக்கம்:

உள்ளம் இனிக்கும்படி பேசுகின்ற நமைச் சுற்றியுள்ளோர், ஏதேனும் பிரச்சினைக்குரிய செயல் எனில் நம் மீதே நஞ்சைப்போல குற்றம் சுமத்துவர்.

நறுங்குறள் – 35

பொருள்:

வாயிற் = வாயினால்

மேதினி = உலகம்

வஞ்சகர் = ஏமாற்றுபவர்

தெளி = தெளிந்துகொள், தெரிந்துகொள்

விளக்கம்:

அதைச் செய்வேன் இதைச் செய்வேன் என வாயிலேயே வடை சுடும் ஏமாற்றுக்காரர்கள் இவ்வுலகத்தில் நாயைப் போல எல்லா இடத்திலும் இருக்கிறார்கள் என்பதை தெரிந்து கொள்.

நறுங்குறள் – 36

பொருள்:

சீயென = சீ வேண்டாம்

தள்வோர் = புறந்தள்ளுவோர்

பார் = தெரியும், உலகம் (சிலேடை)

விளக்கம்:

ஒருவர் அருகில் இருக்கும்போது சீ வேண்டாமெனப் புறந்தள்ளுவோருக்கு, அவர் அருகில் இல்லாத போதுதான் தெரியும் இந்த உலகம்.

10. வேளாண்மை

நறுங்குறள் – 37

பொருள்:

உழவோர் = உழவர்கள்

பெயர்க்கும் = உழுதிடும்

புழு = மண்புழு

ஈடிணை = ஈடு இணை

விளக்கம்:

உழவர்களுக்கு இணையாக மண்ணை உழுதிடும் மண்புழுவிற்கு ஈடு இணை ஏதுமில்லை.

நறுங்குறள் – 38

பொருள்:

தேரை = தவளை

அணி = அன்பு

உயிருள் = உயிரினங்களுள்

தலை = தலையாயது, முக்கியமானது

விளக்கம்:

தேனீயும், தவளையும், பாம்பும் உழவுத் தொழிலுக்கு அன்பு செய்யும் உயிரினங்களுள் முக்கியமானவை ஆகும்.

நறுங்குறள் – 39

பொருள்:

சேத்தினில் = வயல் காட்டினில்

பத்துக் கால் = மனிதன் கால்கள் இரண்டு, இரண்டு மாடுகளின் கால்கள் எட்டு

மண்ணுழ = நிலத்தை உழுதிட

முயல் = முயற்சி செய்

விளக்கம்:

வயல் காட்டினில் இரு மாடுகளின் கால்களோடு மனிதனின் கால்களும் ஏர் உழுது பயிரிட்டால் நெல்மணி முத்துகள் கிடைக்கும். முயற்சி செய்க.

நறுங்குறள் – 40

பொருள்:

மேழி = ஏர் கலப்பை

மா = பெரிய

மேன்மாடம் = அடுக்ககங்கள்

குழியரிசி = கைப்பிடி அரிசி

விளக்கம்:

ஏர்கலப்பை உழுகின்ற விளைநிலத்தை எல்லாம் அடுக்ககங்களாக்கிவிட்டால், கைப்பிடி அரிசி கூட கிடைக்காது.

www.ingramcontent.com/pod-product-compliance
Lightning Source LLC
LaVergne TN
LVHW060134051026
849517LV00007B/2473